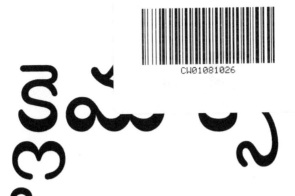

సరిపల్లి వెంకట రవికిరణ్

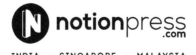

notionpress.com

INDIA • SINGAPORE • MALAYSIA

కథ రాయటం నేర్పిన ప్రథమ గురువు నా తండ్రి స్వర్గీయ సరిపల్లి వెంకట నరేంద్ర ద్వారకనాథ్,

కాలాన్ని అమూల్యంగా పరిగణించి, నిరంతరం పరిశ్రమించి, జీవితాన్ని హుందాగా, హుషారుగా, స్ఫూర్తిదాయకంగా జీవించిన స్వర్గీయ అయ్యగారి సుబ్రమణ్య శర్మ గార్లకు

అంకితం

'క్లైమాక్స్' కథలో కీలకమైన సూచన చేసి ప్రోత్సహించిన శ్రీ ఓలేటి శ్రీనివాస భానుగారికి ధన్యవాదాలు.

('బెలగాం కథలు', 'పొగబండి కథలు' అనే కథల సంపుటిలో సామాన్యుల జీవితాల్ని ఆయన చిత్రించిన తీరు ఆర్ద్రంగా, రచనా శైలి మధురంగా ఉంటాయి)

శ్రీ ఓలేటి శ్రీనివాస భానుగారి లోని నిశితమైన పరిశీలకుడికి నమస్సుమాంజలి.

'క్లైమాక్స్' అముద్రిత మొదటి ప్రతిని ఆసాంతం చదివి, తమ అమూల్యమైన కాలాన్ని వెచ్చించి, సమీక్షించి, తమదైన పంథాలో సద్విమర్శ చేసి, కథ పట్టుని మరింత పటిష్టం చేసిన చిరకాల మిత్రుడు, స్టేట్ బ్యాంక్ సహోద్యోగి, శ్రీ NVSS సోమయాజులు, నా బావ పద్మనోల అనిల్‌కుమార్ లకు ధన్యవాదాలు.

ఎనలేని సహకారం అందించిన నా కుటుంబసభ్యులు అలేఖ్య, శైలేష్, సుజాతలకు కృతజ్ఞతలు.

Contents

అధ్యాయం 1

కథల దొంగ కథ

ఉదయం ఆరు.

భాగ్యనగరం నడిబొడ్డున శ్మశానవాటిక, 'వైకుంఠధామం'! ఒక జంట రావి చెట్టు కింద నిద్రపోతోంది. సెక్యూరిటీ గార్డు చూశాడు.

"ఏయ్! ఇక్కడ పడుకున్నారేంటి? వెళ్లిపొమ్మని నిన్న రాత్రే చెప్పా కదా?" అంటూ కర్రతో యువకుడి పక్కలో పొడిచాడు.

అశోక్ లేచాడు. మండుతున్న కళ్లని నులుముకున్నాడు. కడుపులో ఆకలి. సరిగ్గా నిద్ర లేక అలసిన శరీరం. అపూర్వ కేసి చూశాడు. ఆదమరిచి నిద్రపోతోంది. "అపూర్వా! లే! వెళ్ళాలి!" అని, గార్డు కేసి చూసి "అన్నా! రౌడీలు తరుముకొస్తే ఇక్కడ దాక్కున్నాం!" అన్నాడు.

"ప్రాణాలు పోతే ఈడకి వస్తారు. ప్రాణాలు నిలుపుకుందుకు వచ్చారు మొదటిసారి. చాల్చాలు! ఈడ శవాలకి మాత్రమే చోటు. మరోసారి వస్తే ఊరుకునేది లేదు," అని గార్డు ఇద్దర్నీ లేపాడు. ముఖద్వారం దాకా వచ్చి సాగనంపాడు. అశోక్ ఇరవై రూపాయలు గార్డు చేతిలో పెట్టాడు.

"ఇరవై రూపాయలే! బాబోయ్ అంత డబ్బే! వద్దులే నాయనా!" అని అంటూ, గార్డు నోటు జేబులో పెట్టుకుని, గేటు భళ్ళున మూశాడు.

ఇరవై రూపాయలు ఇవ్వటమే పెద్ద విషయం. అశోక్ జేబులో రెండు వందలే ఉంది. ఒక వంద బైకులో పెట్రోలుకి. మరో వంద ఆ రోజు కడుపు నింపుకోటానికి.

అపూర్వ బైకు స్టార్టు చేసింది. అశోక్ వెనక కూర్చున్నాడు. కృష్ణానగర్లో ఉన్న హాస్టళ్లకి సందులు గొందులగుండా వెళ్లారు.

అపూర్వ విమెన్స్ హాస్టల్లో, అశోక్ మెన్స్ హాస్టల్లో ఉంటారు.

ధనలక్ష్మి ఫైనాన్స్ దగ్గర అప్పు చేశారు. వాళ్ళ వృత్తికి అవసరం అయిన వీడియో కెమెరా, బైనాక్యులర్స్, స్మార్ట్ ఫోన్లు, బైకు, లాప్ టాప్ కొన్నారు. వాయిదా గడువు తేదీ దాటి వారం అయింది. హాస్టల్ బిల్లులు బకాయి పడ్డారు.

అపూర్వది నల్గొండ జిల్లా. తండ్రి టీచరుగా రిటైరయ్యాడు. భార్యతో కలిసి స్వగ్రామంలోనే నివాసం.

అశోక్ ఖమ్మం నుంచి వచ్చాడు జంట నగరాలకి. అతనిది కౌలు రైతు కుటుంబం.

ఇద్దరూ సోషల్ మీడియా మేనేజ్‌మెంటులో పీజి డిప్లొమా చేశారు. ఒకరితో ఒకరికి అక్కడే పరిచయమయింది.

'సాధన గ్రూపు' మార్కెటింగు విభాగంలో జూనియరు ఎగ్జిక్యూటివులుగా ఉద్యోగం వచ్చింది. జీతంలో సగం ఎడ్యుకేషన్ లోన్ వాయిదాలకే పోతుంది.

ఇద్దరి ప్రవృత్తి ఒక్కటే! సినిమాలకి కథలు రాయటం! వృత్తి కూడా వాళ్ళ ప్రవృత్తికి దోహదపడింది.

'సాధన గ్రూపు' వ్యాపార ప్రకటనల వెబ్ సైట్ రూపకల్పన చేశారు. సోషల్ మీడియా మార్కెటింగ్ కి కంటెంట్ రాశారు. వీడియోలు చేశారు. కంపెనీ తరఫున జంటనగరాల్లో సెలబ్రిటీలను కలిశారు.

'సాధన గ్రూపు' బహుళ వ్యాపారాల సంస్థ. సాధన జ్యూవెలర్స్, సాధన రియల్ ఎస్టేట్స్, సాధన ఈక్విటీస్, సాధన చిట్స్! ఎక్కడ నల్లధనం ఏరులై పారుతుందో ఆ వ్యాపారాల్లో 'సాధన గ్రూపు' అప్పుడప్పుడే విస్తరిస్తోంది.

అశోక్, అపూర్వ సినీ తారల్ని, రాజకీయ ప్రముఖుల్ని, అపర కుబేరుల్ని, క్రికెట్ స్టార్స్ ని కలిశారు. తెర వెనుక ప్రపంచం తారసపడింది. నటి శర్మయి జూదగృహం నడుపుతోంది. ఫణీంద్ర కుబేరుడు. విదేశాల్లో కాసినోలు నడుపుతూ బినామీ పెట్టుబడులు ఆహ్వానిస్తాడు. శర్వాణి ఆటోమొబైల్స్ ఎగుమతి సుంకాలు ఎగ్గొట్టి, విలాసవంతమైన కార్లు స్మగ్లింగు చేస్తుంది. ప్రముఖ క్రికెటర్ బెట్టింగ్ నడుపుతున్నాడు.

హవాలా ధనం, బంగారం, డ్రగ్స్ అక్రమ రవాణా చూశారు అశోక్, అపూర్వ.

సినిమాలకి నేర పరిశోధన కథలు రాశారు. ఇన్వెస్టిగేటివ్ జర్నలిజం పట్ల కుతూహలంతో, యూ ట్యూబు ఛానెల్ ప్రారంభించారు. ఆ ఛానెల్ కి 'దిక్సూచి' అని పేరు పెట్టారు. సెలబ్రిటీల పేర్లు మార్చి యథార్థ కథలని పోస్టు చేశారు. మంచి స్పందన వచ్చింది. గుర్తింపు దొరికిందని ఆనందించారు.

స్నేహం ప్రేమగా మారింది. పెళ్లి చేసుకోవాలని నిశ్చయించారు. పెద్దలు ఒప్పుకున్నారు. అపూర్వ శుభలేఖల డిజైను తయారుచేసింది.

ఆ సమయంలో ఉద్యోగంలోంచి డిస్మిస్ అయ్యారు. తప్పుడు కేసుల్లో ఇరుక్కున్నారు.

అందుకు కారణం ఉంది. సాధన గ్రూపుతో భేటీ పడ్డారు.

సాధన గ్రూపు ఆఫీసు నాలుగు అంతస్తుల భవనం. ఒక అంతస్తులోకి సెలబ్రిటీలకు మాత్రమే ప్రవేశం. అశోక్, అపూర్వ అక్కడ వ్యవహారాలపై కన్ను వేశారు.

సాధన రియల్ ఎస్టేట్ గోల్‌మాల్ వ్యాపారం చేస్తోంది! సరియైన టైటిలు లేని భూముల్ని అమ్ముతోంది. సాధన జ్యూవెలరీ నకిలీ హాల్ మార్క్ ముద్రలు వేసి బంగారం అమ్ముతోంది!

ఇద్దరూ సాధన గ్రూపు అవకతవకల్ని 'దిక్సూచి'లో పోస్టు చేశారు. శోధన గ్రూపు అని పేరు మార్చారు.

సాధన గ్రూపు సిబ్బందికి మాత్రమే తెలిసే గోప్యమైన వార్తలు బహిరంగం చేశారు.

శోధన గ్రూపు భాగోతాలు అని సోషల్ మీడియాలో కథనాలు రాశారు. శోధన గ్రూపు అంటే సాధన గ్రూపు అని జనాలకి చేరేలా సోషల్ మీడియాలో ప్రచారం చేశారు.

సాధన గ్రూపు సిఈఓ విచారణ చేసి ఇది వాళ్ళిద్దరి పని అని పసిగట్టాడు.

ఇద్దర్నీ ఉద్యోగంలోంచి డిస్మిస్ చేశాడు. 'దిక్సూచి'లో పోస్టుల్ని తీసెయ్యమని బెదిరించాడు. ఇద్దరూ వినిపించుకోలేదు. సిఈఓ తప్పుడు కేసుల్లో ఇరికించాడు. బ్లాక్ మెయిల్ చేశాడు. ఇద్దరూ బెదిరింపులు వచ్చినకొద్దీ ఎదిరించారు. పని చేసిన రోజులకి జీతం ఇమ్మని నిరాహార దీక్ష చేశారు ఆఫీసు ముందు. సిఈఓ సెక్యూరిటీ సిబ్బందితో కొట్టించాడు. "మీరెవరితో తలపడ్డారో తెలుసా? ***భగవంతరావుతో!***" అని వార్నింగ్ ఇచ్చాడు. భగవంతరావు ప్రముఖ రాజకీయనాయకుడు అని తెలుసు. భగవంతరావు సాధన గ్రూపు వెనక బినామీ అని అప్పుడే తెలిసింది. ఈ బినామీ తిమింగలం కథని వెలుగులోకి తీసుకురావాలని పట్టుదల పెరిగింది. అజేయమయిన ఆధారంతో భగవంతరావుని ఢీ కొట్టాలి. ఆ పనిలో పడ్డారు. చేతిలో చిల్లిగవ్వ లేదు. ఎలా? అప్పటికి పెళ్ళి వాయిదా వేశారు.

బంజారా హిల్స్ లో ఓ గెస్టుహౌసులో రేవ్ పార్టీ జరుగుతోంది. భగవంతరావు గెస్టుహౌసుకి బినామీ ఓనరు. ఆ పార్టీలోకి డ్రగ్స్ సరఫరా అవుతాయి. సెలబ్రిటీలు హాజరవుతారు. అశోక్, అపూర్వ రహస్యంగా మాటు వేశారు. ఆ సన్నివేశం వీడియో తీసి నార్కోటిక్స్ డిపార్ట్‌మెంట్‌కి అందించాలని వాళ్ళ ప్లాను. వీడియో తీశారు. ఆయుధాలతో ఉన్న గార్డ్స్ చూసి చేజ్ చేశారు. ప్రాణాలమీద కొచ్చింది. సందుల గుండా బైకు మీద వేగంగా వెళ్తూ, 'వైకుంఠధామం' చూశారు. అక్కడ తల దాచుకున్నారు.

ఉదయం ఎనిమిది. అపూర్వ హాస్టలు దగ్గర బైకు దిగింది.

"రెడీగా ఉండు. గంటలో వస్తా! రిలయన్స్ రీటైల్లో సేల్స్ స్టాఫ్ ఖాళీలున్నాయట. ట్రై చేద్దాం," అన్నాడు అశోక్.

"రేవ్ పార్టీ వీడియో నార్కోటిక్స్ డిపార్ట్‌మెంట్‌కి అప్పుడే ఇవ్వద్దు. అక్కడ భగవంతరావు మనుషులుంటారు. ముక్కుకు సూటిగా వెళ్ళి భగవంతరావుతో ఢీ కొట్టలేం. స్మార్ట్ గా ప్లాన్ చేద్దాం," అంది అపూర్వ.

ఉదయం పది.

హైదరాబాదు జూబ్లీహిల్స్ లో అధునాతన భవనంలో సినిమా దర్శకుడు మదన్ ఆఫీసు రూం అది!

రాఘవ చేతులు కట్టుకుని నిలబడ్డాడు.

బుర్రలో కథ రెడీ అయితే, ఔత్సాహిక సినిమా రచయితలు ఉండబట్టలేరు. ప్రొడ్యూసరు కోసం వేటలో పడతారు. నానా తంటాలు పడతారు. సముద్రపు దొంగలు అదను చూసి నౌకల్ని కొల్లగొడతారు. రాఘవ అలాంటి వాడే. రచయితల కథల్ని ఒడుపుగా దోచుకుంటాడు!

రాఘవ కథల దొంగ.

"వారం టైమిస్తా! ఆలోగా ఓ కథ కొట్టుకొచ్చావా సరే! లేదా నేనిచ్చిన అడ్వాన్స్ రిటర్ను చేసి తప్పుకో. 'నన్ను బలి చేసుకో', 'నేను బలికి రెడీ' అంటూ వేటుకి సిద్ధమయిన మేకల్లా ఊరంతా రచయితలు ఊరిపోతుంటే, నీకు ఒక్కడంటే ఒక్క బకరా దొరకలేదా? టైముకి చేతిలో ఒక్క కథ లేదు! హీరో మేఘన్ కాల్

షీట్లు ఇచ్చాడు. ఏట్లోంచయినా ఎత్తుకు రా ఓ కథ," మదన్ మండిపడ్డాడు రాఘువ మీద.

"అశోక్, అపూర్వ అని రచయితలు. కృష్ణానగర్లో ఉంటారన్నా. సినిమాలకి కథలు రాస్తారు. సాంపుల్ గా వినిపించారు. కంటెంట్ బాగుంది. 'ప్రొడ్యూసరుతో కలిపించు. మంచి కథలున్నాయి,' అన్నారు. మీరు ఓకే అంటే బెనర్జీని ప్రొడ్యూసరుగా సెటప్ చేసి, వాళ్ళు కథ చెప్పటానికి ఏర్పాట్లు చేస్తా," రాఘువ నసిగాడు.

మదన్ ఇంటర్-కంలో బెనర్జీని పిలిచాడు తన గదిలోకి రమ్మని.

మదన్ రాఘువ కేసి చూసి, "ఇక్కడికి తీసుకురాకు వాళ్ళిద్దర్నీ," అని వార్నింగ్ ఇచ్చాడు.

'అంతేకద్సార్, మీరా విషయం నొక్కి చెప్పాలా?' అన్నట్టు రాఘువ తలాడించాడు.

బెనర్జీ వచ్చి రాఘువని చూశాడు. విషయం అర్థమయింది. మదన్ కేసి చూశాడు.

"రాఘువ పార్టీని పట్టాడు. నువ్వు ప్రొడ్యూసర్లా కథ వినాలి. త్వరగా క్లోజ్ చెయ్యి," అంటూ టేబిల్ మీదున్న మంచి నీళ్ళ గ్లాసు తీసుకుని, ఓ గుటక వేసి, సిగరెట్ వెలిగించి, మదన్ బాల్కనీలోకి నడిచాడు.

"ఎక్కడికి తోలుకురాను వాళ్ళని?" రాఘువ బెనర్జీని అడిగాడు.

"అమీర్ పేట ప్లాజా ఆఫీసుకి తీసుకురా," అన్నాడు బెనర్జీ.

మదన్ బాల్కనీలోంచి ప్రశ్నించాడు, "అశోక్, అపూర్వ ఏం చేస్తుంటారు? నా ఉద్దేశ్యం వాళ్ళ ఫుల్ టైమ్ జాబ్ ఏంటీ అని?"

"'దిక్సూచి' పేరుతో యూ ట్యూబులో క్రైమ్ కథలు పోస్టు చేస్తారు," రాఘువ సమాధానం చెప్పాడు.

"ఓకే. జాగ్రత్త," అని, మదన్ సిగరెట్టు దమ్ము లోతుగా లాగాడు. టెన్షను రిలీజు చేసుకుంటూ, గుప్పుమని పొగని వదిలాడు.

"అశోక్, ఎక్కడున్నావ్?" రాఘువ కాల్ చేసి అడిగాడు.

"జూబ్లీహిల్స్ చెక్ పోస్ట్ దగ్గరున్నా"

"ఏం చేస్తున్నావ్?"

"రిలయన్సులో ఇంటర్వ్యూకి వెళ్ళి వస్తుంటే, ఓ స్కూల్ వ్యాను యాక్సిడెంటు చేసి, ఆగకుండా వెళ్ళిపోయింది. ఛేజ్ చేశాం. దొరకలే. అది సరే! కాల్ చేశావ్! ఏంటి విశేషం?" అశోక్ అడిగాడు రాఘవని.

"మీ రొట్టె విరిగి నేతిలో పడింది. ప్రొడ్యూసరు బెనర్జీ కథ వింటానన్నారు. సాయంత్రం ఆరింటికి అమీర్ పేట ప్లాజాలో కలవడం ఓకేయేనా?" రాఘవ లేని ఆనందాన్ని గొంతులో గుమ్మరించాడు.

"కథ వింటానంటే కారడవికైనా వస్తాం. ఓకే," అశోక్ కన్ఫర్మ్ చేశాడు.

"రెండు మూడు కథలతో రండి," అన్నాడు రాఘవ.

అపూర్వకి విషయం అర్థమైంది. "ఔనా! నిజమేనా?" అన్న ఆశతో కూడుకున్న ఆశ్చర్యార్థకం ఆమె అందమైన మొహంపై వెలిగింది. అశోక్ ఆనందంతో ఊళలేశాడు.

"నువ్వే చెప్పు. నీ వాయిస్ బావుంటుంది," అన్నాడు అశోక్.

"మొత్తం కథ చెప్పను. సస్పెన్స్ మేంటైన్ చెయ్యాలి. ఓసారి ఇప్పుడు చెప్తా. విను," అంది అపూర్వ.

ఇద్దరూ రెడీ అయ్యారు.

అపూర్వ బ్లూ జీన్సు పాంటు మీద హాఫ్ స్లీవ్స్ ఎర్ర రంగు షర్టు వేసుకుంది. మందారంలా ఉంది.

అశోక్ ఆరడుగుల ఎత్తు. జీన్సు పాంటు తొడిగాడు. గళ్ళ కాటన్ చొక్కా వేసుకున్నాడు. ఇన్-షర్టు చేశాడు. సమ్మోహనంగా ఉన్నాడు.

అపూర్వ బైకు వెనక సీటు మీద కూర్చుంది. అశోక్ నడుం చుట్టూ రెండు చేతులూ పోనిచ్చింది. తన చుబుకం అతని భుజం మీద నాజూకుగా ఆనించి, "ఛలో," అంది.

కథలు రాసి కడుపు పోషించుకోవటం అంటే నెలలో ముప్పై రోజులు పస్తులుండటమే. జనంలో పుస్తకం చదివే అలవాటు బొత్తిగా పోయింది. పాఠకులు లేరు. అక్షరాన్ని పోషించే నాథుడు లేడు. కథని అభిమానించే చదువరి లేడు. దశాబ్దాలు మహర్దశతో వెలిగిన తెలుగు పత్రికలు మూతపడ్డాయి. సెల్ ఫోను దెయ్యం పూనింది సమాజానికి. రచన అనే ప్రవృత్తిని వృత్తిగా చేసుకోవటం ఆత్మహత్యాసదృశం అయింది. అలాంటి రోజుల్లో, అశోక్, అపూర్వ కథని కన్నబిడ్డలా

అక్కున చేర్చుకున్నారు. కథని బ్రతుకు తెరువు చేసుకున్నారు. యువ జంట అవకాశం వెతుకుతూ రోడ్డు ఎక్కింది.

ఇద్దరూ ఉడిపి రెస్టారెంటు దగ్గర ఆగి కాఫీ తాగారు. టిఫిను చెయ్యలేదు. టిఫిను, లంచ్, డిన్నరు కలిపి రాత్రి పూట ఒకేసారి-రోజుకి ఒక్కసారి.

"అవునూ, ఈ బెనర్జీ ఎవరంటావ్? గూగుల్లో వెతికా. ఎవరో తెలియలేదు. నమ్మొచ్చా మనం?" అంది అపూర్వ.

"ఆమె అడుగడుగునా మోసపోయింది. అయినా అడుగు ముందుకు వేసింది. తన అసాధారణ ప్రతిభని నమ్ముకుంది. తెలుగువాళ్లకి ఒక మహానటిని చూసే భాగ్యం అందుకే కలిగింది. చాలామంది మోసపోయారు. దివాలా తీసే స్థితిలోకి వెళ్లారు. అయినా నమ్ముకున్న సినిమాని వదలని దిగ్గజ దర్శకులు, నిర్మాతలు, రచయితలు, నటులు కోకొల్లలు. మనం కూడా నమ్ముదాం. మోసపోతే, మోసగాడ్ని వదలొద్దు. మన లక్ష్యాన్ని వదలొద్దు," అన్నాడు అశోక్.

అపూర్వ అశోక్ ని గట్టిగా హత్తుకుంది.

అశోక్, అపూర్వ అమీర్ పేట ప్లాజాలో "మదన్ ప్రొడక్షన్స్' అనే ఆఫీసుకి వెళ్లారు. ఎయిర్ కండీషన్డు ఆఫీసు అది.

రాఘవ ఇద్దర్నీ రిసీవ్ చేసుకున్నాడు. లోపలికి తీసుకెళ్ళాడు. ఇద్దరూ గమనించారు. బిల్డింగు లోపల సిబ్బంది లేరు.

విజిటర్స్ రూం, హాలులో డెస్కు టాప్ కంప్యూటర్లు, సిబ్బంది కేబిన్స్, కాన్ఫరెన్సు గది, గాజు అల్మారాలు, వాటిలో ప్రముఖ తెలుగు, ఆంగ్ల రచయితల పుస్తకాలు, కాఫీ డిస్పెంసరు వగైరా దాటి బెనర్జీ రూం చేరారు.

రాఘవ ఇద్దర్నీ బెనర్జీకి పరిచయం చేశాడు. టీ, మంచినీళ్లు ఏర్పాటు చేశాడు.

నలభై యేళ్ల బెనర్జీ రివాల్వింగు కుర్చీలో వెనక్కి వాలి, ఊగుతూ, దర్జాగా ఫోన్లో మాట్లాడుతున్నాడు. "యాభై కోట్లకి డీల్ ఓకే," అని తన ఫోను టేబిల్ మీద ఉంచుతుంటే చేతివేళ్ళకున్న అతని ఉంగరాలు తళుక్కుమన్నాయి.

ఇద్దరూ బెనర్జీని విష్ చేశారు.

"కూర్చోండి. అరగంటలో ముగించాలి. యువర్ టైమ్ స్టార్ట్స్ నౌ!" అన్నాడు బెనర్జీ తన చేతి గడియారం కేసి చూసుకుంటూ.

అపూర్వ గొంతు సవరించుకుని చకచకా మూడు కథలు చెప్పుకుపోయింది. సస్పెన్స్ ముడి విప్పకుండా ఆపి, "అవి సార్! మా కథలు," అంది.

బెనర్జీ మెచ్చుకోలుగా చూశాడు. లేచి, వాష్ రూంలోకి వెళ్లి, మదన్‌కి కాల్ చేశాడు. కథల సారాంశం చెప్పాడు. "సార్, పిల్లకాయలు కథలో సస్పెన్సు చెప్పలేదు," అన్నాడు.

వాష్ రూం బయటకి వస్తూ, "'బిలియనైర్' కథ ప్లాట్ బావుంది. క్లైమాక్స్ తెలీకుండా నిర్ణయం చెయ్యలేను. మొత్తం కథ చెప్పటానికి మీకు బెరుకు. ఎందుకో నాకు తెలుసు. నాకు మంచి కథ అర్జెంటు. ఇట్స్ ఓకే. మళ్ళీ కలుద్దాం నా మీద నమ్మకం ఏర్పడినప్పుడు," అన్నాడు బెనర్జీ.

"అదేం లేద్సార్! అక్కడా ఇక్కడా అదీ ఇదీ విని గాభరా. అంతే," అశోక్ అన్నాడు ఇబ్బందిగా నవ్వుతూ.

"కథని సౌత్ ఇండియన్ స్క్రిప్ట్ రైటర్స్ అసోసియేషన్ వెబ్‌సైట్లో ఆన్ లైన్లో ఇప్పుడే ఇక్కడే నా ముందే రిజిస్టర్ చేసుకోండి నమ్మకం లేకపోతే," అన్నాడు బెనర్జీ.

కథ పూర్తిగా చెప్పనా? అన్నట్టు చూసింది అపూర్వ అశోక్ వైపు. అశోక్ తలూపాడు.

అపూర్వ 'బిలియనైర్' కథ పూర్తిగా చెప్పటం పూర్తి చేసింది.

"బావుంది," అన్నాడు బెనర్జీ.

వాష్ రూంలోకి వెళ్ళి మదన్‌కి ఫోన్లో కథ చెప్పాడు. మదన్ గ్రీన్ సిగ్నల్ ఇచ్చాడు.

బెనర్జీ బయటకు వచ్చి, "ఆన్ లైన్లో కథని రిజిస్టరు చేసుకోండి. నా కంప్యూటరు వాడుకోండి, ఫీల్ ఫ్రీ!" అన్నాడు స్నేహపూర్వకంగా.

"ఒకే సార్!" అంటూ ఫోన్లో ఉన్న స్క్రిప్ట్ కాపీని అశోక్ ఓపెన్ చేశాడు.

"ఆ మాటకొస్తే ఆన్ లైన్లో రిజిస్టరు చేసినంత మాత్రాన నూరు శాతం సేఫ్ అని కాదు. నా కథ ఫలానా దర్శకుడు కాపీ కొట్టాడంటూ రిజిస్టరు చేసిన కథల విషయంలో బోలెడు కేసులు కోర్టుల్లో నడుస్తున్నాయి! మీ కథ మేలిమి బంగారంలా ఉంది. ఇంత మంచి కథ మన మధ్యనే ఉండాలి. మీ దగ్గర కథ కొన్నట్టు స్టాంపు పేపరు మీద సంతకం చేసి ఇస్తా. అడ్వాన్సు ఇప్పుడే ఇస్తా. పక్కా చేసుకుని, పని రేపే మొదలెడదాం! ఏమంటారు? మన రాఘవ ఉండేది మీరుండే కృష్ణానగరే కదా! ఇంకేంటి!" అని సూటిగా చూశాడు బెనర్జీ.

టేబిల్ డ్రా లోంచి స్టాంపు పేపరు తీశాడు. పర పరా సంతకం చేశాడు. 'మదన్ ప్రొడక్షన్స్ ప్రైవేట్ లిమిటెడ్' రబ్బరు స్టాంపు వేశాడు. సంతకం చేశాడు. రాఘువ చేతికి అందించి, "మేటర్ రాసి, వాళ్ళ సంతకాలు తీసుకో. వాళ్ళకో కాపీ ఇయ్యి. అగ్రిమెంటు రిజిస్టరు చేయించు. రోజు ఉదయం తొమ్మిదికి కారు పంపించు వాళ్ళు ఇక్కడికి రావటానికి. మనకి టైం లేదు. రేపట్నించీ స్క్రీన్ ప్లే రాసుకోవాలి" అన్నాడు టెనర్జీ.

అపూర్వ చేతికి యాభై వేలు అందించాడు. యాభై వేలు! అశోక్, అపూర్వల కళ్ళు చెదిరాయి.

"దర్శకుడు, అతని టీం, అందర్నీ రేపు పరిచయం చేస్తా. స్క్రీన్ ప్లే రాసుకుందాం," అన్నాడు టెనర్జీ.

అడ్వాన్సు తీసుకున్నారు. ఒప్పంద పత్రం మీద సంతకాలు పెట్టారు. ఫోటోకాపీ తీసుకున్నారు. బయటకి వచ్చారిద్దరూ. సినిమా ప్రపంచం పాదాల చెంత ఉన్నట్టుంది వాళ్ళకి.

ఇంతలో ఓ ఎర్ర రంగు ఫెరారి కారు బాణంలా దూసుకెళ్లింది వాళ్ళముందునుంచి. నెల రోజులుగా ఆ కారు మితిమీరిన వేగంతో చక్కర్లు కొడుతోంది సిటీలో. ఎమ్.ఎల్.ఏ కొడుకు భరణి హల్ చల్ చేస్తున్నాడు ఫెరారీలో. ప్రాణాలు పోయినంత పనయింది కొంతమందికి. ఇద్దరూ ఫెరారి వెంట పడుతున్నారు చూసినప్పుడల్లా. కారు వేగాన్ని షూట్ చేసి 'దిక్సూచి'లో వీడియో పోస్టు చెయ్యాలని వాళ్ళ ప్రయత్నం. అప్పుడు కూడా ఫెరారి వెళ్ళిన వైపు బైకు మీద చేజ్ చేశారు. ఫెరారి కొత్త ఫ్లై-ఓవర్ ఎక్కి దూసుకెళ్లిపోయింది అశోక్ కెమెరాకి దొరక్కుండా.

మదన్ ప్రొడక్షన్స్ ఆఫీసులో రోజు మీటింగు జరిగింది. టెనర్జీ చారిని దర్శకుడంటూ పరిచయం చేశాడు. స్క్రీన్ ప్లే రాసుకున్నారు. ఓ వారం నటీనట వర్గం ఎంపిక చేశారు. లొకేషన్సు నిర్ణయించారు ఇంకో వారం. అశోక్, అపూర్వలకి మరో లక్ష అడ్వాన్స్ అందింది.

ప్రీ-ప్రొడక్షన్ ప్లానింగు అంటూ మూడు నెలలు మీటింగ్సు జరిగాయి ఊపిరి సలపకుండా.

అంతే!

★ క్లైమాక్స్ ★

గత వారంగా బెనర్జీ అయిపూ జాడా లేడు. కాల్ చేస్తే 'నాట్ రీచబుల్' అని మెసేజు వస్తోంది. దర్శకుడు చారి పత్తా లేడు. అమీర్ పేట ఆఫీసు తాళం వేసుంది. 'మదన్ ప్రొడక్షన్స్' కంపెనీ బోర్డు మిస్సింగ్. ఏమైందో ఇద్దరికీ అర్ధం కాలేదు! రాఘువకి కాల్ చేసారు. ఫోను 'నాట్ రీచబుల్'. అతని కోసం కృష్ణానగర్ అంతా వెతికారు. ఆచూకీ దొరకలేదు.

అధ్యాయం 2

మదన్ పై లీగల్ కేసు :: అవాంతరాలు

కొద్ది వారాలకి, మదన్ దర్శకత్వంలో 'బిలియనైర్' అనే సినిమా రిలీజయ్యింది.

ఏ కొత్త సినిమాకైనా మొదటి ఆటకి వెళ్ళే సినిమా పిచ్చోళ్ళు అశోక్, అపూర్వ! 'బిలియనైర్' సినిమాకి మొదటిరోజు మొదటి ఆటకి వెళ్లారు. వాళ్ళ మెదళ్లు మొద్దుబారిపోయాయి సినిమా చూశాక. అది అపూర్వ బెనర్జీకి చెప్పిన వాళ్ళ కథ. మక్కికి మక్కీ అదే కథ. అదే టైటిల్.

సినిమాకి పెద్ద హిట్ టాక్ వచ్చింది.

ఇద్దరికీ అర్థమైంది ఏం జరిగిందో. క్రిమినల్ లాయరు శంభులింగాన్ని హుటాహుటిన సంప్రదించారు ఆధారాలతో.

బెనర్జీతో చేసుకున్న ఒప్పంద పత్రం చూపించారు.

"ఈ డాక్యుమెంటు రిజిస్టరు కాలేదు. అన్-రిజిస్టర్డ్ అగ్రిమెంటు కోర్టులో చెల్లదు. పైగా ఇది ఫోటోకాపీ," అన్నాడు శంభులింగం.

రాఘువ, బెనర్జీల గురించి తమకు తెలిసిన వివరాలు చెప్పారు.

"ఇందులో బెనర్జీ సంతకం లేదు. కథ కొన్న కంపెనీ పేరు 'మదన్ ప్రొడక్షన్స్' అని ఉంది. మదన్ అనేవాడు మేనేజింగ్ డైరెక్టర్ హోదాలో సంతకం చేశాడు. మదన్ ఆధార్ కార్డ్ కేపైసిగా జత చేశారు. మదన్ ఎవరు?" శంభులింగం ప్రశ్నించాడు.

ఇద్దరూ ఒప్పంద పత్రం క్షుణ్ణంగా చదివారు. కథని 'మదన్ ప్రొడక్షన్స్' కి అమ్మినట్టుంది. మేనేజింగ్ డైరెక్టర్ హోదాలో మదన్ సంతకం చేశాడు.

"ఆరోజు అక్కడ మదన్ అనేవాడే లేడు. అశోక్, బెనర్జీ, రాఘువ, నేను మాత్రమే ఉన్నాం. మదన్ సంతకం ఒప్పందంలోకి ఎలా వచ్చింది," అంది అపూర్వ.

"అంటే, మదన్ సంతకం ఫోర్జరీ చేశారు," అన్నాడు శంభులింగం.

మదన్ చిరునామా గూగుల్లో చెక్ చేసి, "అలాంటి ఎడ్రసు ఉన్నట్టు లేదే! డాక్యుమెంట్లో నకిలీ ఎడ్రసు రాసినట్టున్నారు," అన్నాడు శంభులింగం.

ఇద్దరూ కలవరపడ్డారు.

"సినిమా రిలీజు తేదీ తర్వాత వచ్చే తేదీ డాక్యుమెంట్లో రాశారు. చూసుకోండి," అన్నాడు శంభులింగం.

"అరె! అప్పుడు చూసుకోలేదు," అంది అపూర్వ.

"చూడనిస్తేగా! యాభై వేలు అడ్వాన్స్ చేతిలో పెట్టి అదొక రకమైన తొందర పెట్టాడు బెనర్జీ," అన్నాడు అశోక్.

శంభులింగం మదన్ ఆధార్ కార్డు స్వచ్ఛతని ఆన్ లైన్లో తనిఖీ చేశాడు. "ఇది నకిలీ ఆధార్ కార్డు," అన్నాడు.

"అయ్యయ్యో!" అంది అపూర్వ.

"మీరిద్దరూ ఈ ఒప్పందంలో సంతకాలు పెట్టారా?" ప్రశ్నించాడు శంభులింగం.

"ఆ సంతకాలు మావే!" అన్నాడు అశోక్.

"మీ కేవైసిలు జత చేసి ఉన్నాయి. అవి మీవేనా?"

"అవి మావే! ఈ ఒప్పంద పత్రం వాళ్ళు తయారుచేసింది. నకిలీ వివరాలతో ఎందుకు చేసుంటారు?" అపూర్వ అడిగింది.

"ఉద్దేశ్యపూర్వకంగా చేశారు," అన్నాడు శంభులింగం.

"ఏం చేసుకుంటారు ఈ నకిలీ పత్రం?

"బిలియనైర్' కథ మాది అంటూ మీరు కోర్టుకి వెళ్లకపోతే ఏమీ చెయ్యరు. వెళ్తే, ఈ నకిలీ పత్రం వాడతారు. మదన్ దగ్గర డబ్బు గుంజటానికి, నకిలీ ఒప్పంద పత్రం మీరు తయారుచేశారని కోర్టులో ఎదురు వేస్తారు. ఈ పత్రంలో మదన్ సంతకం, మదన్ కేవైసి, మదన్ చిరునామా నకిలీ. మీ సంతకాలు, మీ కేవైసి, మీ ఎడ్రస్లు నిజమైనవి. బెనర్జీ, రాఘవ కోర్టులో ఆరోపణ చేస్తారు ఈ నకిలీ పత్రం మీరు సృష్టించారని. 'నకిలీ ఒప్పందాలు సృష్టించే దొంగల ముఠా మీరు' అని అంటారు. కోర్టు ఫోరెన్సిక్ నిపుణుల అభిప్రాయం అడుగుతుంది. నిపుణులు 'మదన్ సంతకం ఫోర్జరీ అయ్యింది' అని ధృవపరుస్తారు. కోర్టు నమ్ముతుంది ఈ నకిలీ పత్రం మీ సృష్టి అని. మీకు శిక్ష పడుతుంది," అన్నాడు శంభులింగం.

"కోర్టు బెనర్జీని ప్రశ్నించదా?" అంది అపూర్వ.

"ఏమని?"

"అశోక్, అపూర్వ నకిలీ పత్రం తయారు చేస్తే, అది నీ దగ్గరకెలా వచ్చింది' అని కోర్టు బెనర్జీని అడగదా?" అంది అపూర్వ.

"మంచి ప్రశ్న! అతనికి తెలుసు కోర్టు ఆ ప్రశ్న వేస్తుందని. అందుకే ఆ నకిలీ పత్రం అతను ఇవ్వడు కోర్టుకి," అన్నాడు శంభులింగం.

"ఇంకెలా కోర్టులోకి ప్రవేశపెడతాడు?" అన్నాడు అశోక్.

"తన సొంత మనిషి ద్వారా! 'జరిగిన నిజం చెప్తా' అంటూ బెనర్జీ మనిషి కోర్టులో అబద్ధం చెప్తాడు..." శంభులింగం పూర్తి చెయ్యలేదు వాక్యం.

"ఏమని చెప్తాడు," అంది అపూర్వ గాభరాగా.

"'అశోక్, అపూర్వ, నేనూ కొన్నాళ్లు మదన్ ప్రొడక్షన్స్ లో పని చేశాం. 'బిలియనైర్' సినిమా చిత్రీకరణ జరుగుతోంది. మేం ముగ్గురం ఓ పథకం వేశాం. మదన్ ప్రొడక్షన్స్ 'బిలియనైర్' సినిమా కథని మా దగ్గర కొన్నట్టు నకిలీ ఒప్పంద పత్రం తయారు చేశాం. సినిమా హిట్ అయితే, మదన్ ప్రొడక్షన్స్ ని బ్లాక్ మెయిల్ చెయ్యాలనుకున్నాం' అని చెప్తాడు కోర్టుకి."

"అలా సాక్ష్యం చెప్పేవాడు ఈ నకిలీ పత్రంలో సంతకం చేసి ఉండాలి కదా," అంది అపూర్వ.

"ఉండాలి. ఉన్నాడు కూడా. ఒప్పంద పత్రంలో మీ ఇద్దరు, మదన్ కాకుండా నాలుగోవాడి సంతకం ఉంది," అన్నాడు శంభులింగం తన చేతిలోని పత్రం అపూర్వకి ఇస్తూ.

అపూర్వ డాక్యుమెంటు మరోసారి పరీక్షగా చూస్తూ, "అవును. ఇప్పుడు గుర్తుకొస్తోంది. ఒప్పంద పత్రం మీద ముందు బెనర్జీ సంతకం చేశాడు. వాడు మదన్ సంతకం ఫోర్జరీ చేశాడన్న మాట. ఆ తర్వాత నేను, అశోక్ సంతకాలు చేశాం. రాఘువ మా చేతిలోంచి డాక్యుమెంటు తీసుకుని, వాడు సంతకం చేశాడు," అంది.

"బెనర్జీ రాఘువతో డాక్యుమెంట్ ను రిజిస్టర్ చేయించమన్నాడు. నకిలీ కేపైసి, ఫోర్జరీ సంతకాలతో ఉన్న డాక్యుమెంటును రిజిస్టర్ చేసుకోగలరా?" ప్రశ్నించాడు అశోక్.

"కోట్ల రూపాయల విలువ ఉన్న ఆస్తులే మోసపూరితంగా రిజిస్టర్ అయిపోతుంటాయి. ఈ డాక్యుమెంటో లెక్కా?" అన్నాడు శంభులింగం.

"అలాగైతే, ఈ ఒప్పంద పత్రం కోర్టులో వెయ్యలేమా?" అంది అపూర్వ బాధగా.

"వేస్తే, మీరు జైల్ కి వెళ్ళడం ఖాయం," అన్నాడు శంభులింగం.

"అప్పుడు, రాఘువ కూడా మాతో పాటు జైల్లో పడతాడు కదా. అలా బలయిపోవటానికి రెడీ అవుతాడా?" అంది అపూర్వ.

"అందుకు మదన్ ప్రొడక్షన్స్ వాడికి మస్తుగా పేమెంట్ ఇస్తుంది. వంద కోట్ల సినిమా. సూపర్ హిట్ అయింది. ఐదారు వందల కోట్లు వసూలు చేస్తుంది. డబ్బుకి కొదవే లేదు," అన్నాడు శంభులింగం.

"సీనియర్ రచయిత భాను గారు సలహా ఇస్తే అలా కూడా చేశాం. మా దగ్గర మరొక ఆధారం ఉంది," అని దాని వివరాలు చెప్పాడు అశోక్.

"శభాష్! చెప్పరేం! అది బ్రహ్మాస్త్రం. కేసు ఫైల్ చేద్దాం," అన్నాడు శంభులింగం.

"ఓకే సార్. మీరు హెల్ప్ చెయ్యాలి," అని లేచారు వెళ్ళటానికి.

శంభులింగం అన్నాడు, "ఒక్కటి గుర్తుంచుకోండి. మనం 'బిలియనైర్' సినిమా కథ మాది అని కేసు వేస్తున్నాం. అప్పుడు వాళ్ళు ఈ నకిలీ పత్రం ఒరిజినల్ ని కోర్టులో ప్రవేశపెడతారు. ఎట్టి పరిస్థితిలోనూ, నకిలీ పత్రంలో మీరు సంతకాలు చేసినట్టు ఒప్పుకోవద్దు," అన్నాడు శంభులింగం.

"సరే సార్," అని శంభులింగం ఆఫీసు రూం నుంచి బయటకి వచ్చారిద్దరూ.

"ఈ కేసు గెలుస్తామా?" అంది అపూర్వ.

"మన దగ్గరున్న ఆధారం ఒక బ్రహ్మాస్త్రం అని శంభులింగం అన్నారు కదా. తప్పక గెలుస్తాం," అన్నాడు అశోక్.

"తల పగిలిపోతోంది. టీ తాగుదాం," అంది అపూర్వ.

అధ్యాయం 3

ఫెరారి కథ

అశోక్ బైకు ఆపాడు రోడ్డు పక్కన. శంభులింగం ఆఫీసునుంచి ఒక కిలోమీటరు వచ్చారు. కానుగ చెట్టు కింద అక్కడ టీ స్టాలు ఉంది.

రోడ్డు డివైడర్ కి అటూ ఇటూ రెండు లేన్స్ ఉన్న వెడల్పైన రోడ్డు అది. టిఫిను రెస్టారెంట్లు, పాన్ షాపులు, గవర్నమెంటు రెవెన్యూ ఆఫీసులూ, బ్యాంకులతో ప్రాంతం కిటకిటలాడుతోంది. ఎవరికి వారు మొబైల్ ఫోన్లో మునిగిపోయారు. ఆధార్ కార్డులు, చలానాలు, డ్రైవింగ్ లైసెన్సూ, ఆస్తి పన్నులూ, జనన మరణాల రుజువుల పత్రాలు తదితర పనులతో జనం తీర్థంలా ఉన్నారు.

ఆ రణగొణ ధ్వని మధ్యలోంచి దూసుకెళ్లింది ఎర్ర ఫెరారి కారు ఉన్నట్టుండి. ఆ శబ్దానికి కొంతమంది తలలెత్తి యథాలాపంగా చూసి, మళ్ళీ ఫోనుల్లోకి జొరబడిపోయారు.

"అశోక్, ఫెరారి!" అని కేక వేసింది అపూర్వ.

అశోక్ దృష్టి అప్పటికే ఫెరారి మీద పడింది. బైకు తీస్తున్నాడు.

"కిలోమీటరు తర్వాత డెడ్-ఎండ్. యూటర్న్ తీసుకుని రావాలి. కెమెరా తీసుకో. వీడియో తియ్యి," అంది అపూర్వ.

దూరంగా ఫెరారి యూటర్న్ తీసుకుంటోంది. అశోక్ వీడియో కెమెరా చేతిలోకి తీసుకున్నాడు. రెండంగల్లో కానుగ చెట్టు ఎక్కాడు. పొజిషన్ తీసుకున్నాడు.

అపూర్వ ఫెరారీకి అవరోధంగా చేతులు బార చాపి రోడ్డు మధ్యలో అడ్డుగా నించుంది. ఫెరారి దూసుకొస్తోంది. వేగం తగ్గలేదు. దగ్గరకి వచ్చేసింది. వీడియో షూట్ చేస్తున్న అశోక్, "అపూర్వా! తప్పుకో," అని బిగ్గరగా కేక వేశాడు.

ఇంతలో ఫెరారీకి అపూర్వకి మధ్యలో ఉన్న చోటులోకి హఠాత్తుగా వస్తూ, ఏదో కాగితం చదువుకుంటూ, పరధ్యానంగా రోడ్డు దాటుతున్నాడొకతను. ఫెరారి అతన్ని ఢీ కొట్టింది. జర్రుమని రోడ్డు వారకి వెళ్ళింది. ఆగలేదు. ఫెరారి వేగం పెరిగింది. తుర్రుమని జారుకుంది.

ఫెరారి ఢీ కొట్టడంతో, పరధ్యానంగా నడుస్తున్న అతను గాలిలో పల్టీలు కొడుతూ, డివైడర్ అటువైపుకి ఎగిరి, ఆపోజిట్ లేన్లో సాఫీగా వస్తున్న పాత మారుతి కారు ముందు పడ్డాడు. మారుతి కారు మధ్య వయస్కురాలైన యువతి డ్రైవ్ చేస్తోంది. ఆమె సడెన్ బ్రేక్ వేసింది. కారులోంచి కంగారుగా దిగి వచ్చింది. ఆమె కారు ముందు ఒకడు తీవ్రమైన గాయాలతో పడి ఉన్నాడు.

మారుతీ కారు ముందు పడి ఒకడు గిలగిలా కొట్టుకోవడం చూశారు కొందరు.

"రామా! క్రిష్ణా! శివ శివా!" అని అరిచారు. అందరూ ఫోనుల్లోంచి తలలెత్తి చూశారు. మారుతి కారు చుట్టూ మూగారు. అతనిలో కదలిక లేదు. ఎవరో నాడి చూశారు. "చనిపోయాడులా ఉంది." అన్నారు. టీ స్టాలు వద్ద కూర్చుని బాతాఖానీ కొడుతున్న ట్రాఫిక్ కానిస్టేబుల్ను అలర్టు చేశారు.

మారుతి కారులోంచి దిగి వచ్చిన ఆమె వణికిపోతోంది భయంతో. "ఈమే సార్! డ్రైవరు," అంటూ ఆమె చెయ్యి పట్టుకుని కానిస్టేబులుకి ఒప్పచెప్పారు.

ఆమె భయంతో వణుకుతూ, "నాకేం తెలీదు," అని ఏడుస్తోంది.

"చాలు చాల్లేవమ్మా. మా కళ్ళతో మేం చూశాం. అబద్ధాలు చెప్పటానికి సిగ్గులే?" అని కోపంగా అరిచారు జనం.

కొందరామెని కొట్టడానికి వచ్చారు. అపూర్వ అడ్డు వెళ్లింది.

చెట్టు ఎప్పుడు ఎలా దిగాడో అశోక్ కి తెలియదు. "ఆమె చెయ్యలేదు ఈ యాక్సిడెంటు," అన్నాడు.

"నీ తాలూకానా మహాశయా ఈవిడ? వెనకేసుకొస్తున్నావ్?" అంటూ అశోక్ మీద విరుచుకు పడ్డారు.

పోలీసులు వచ్చేదాకా పరిస్థితి అదుపులోకి రాలేదు.

ప్రమాదంలో గాయాల పాలైన వ్యక్తి అపస్మారక స్థితిలో ఉన్నాడు. అంబులెన్సు వచ్చి అతన్ని తీసుకెళ్లింది.

పోలీసులు మారుతి కారు డ్రైవ్ చేస్తున్న ఆమెని అదుపులోకి తీసుకున్నారు.

"మా దగ్గర వీడియో సాక్ష్యం ఉంది" అంది అపూర్వ.

"మీరు స్టేషనుకి రండి," అన్నాడు ఇన్స్పెక్టర్. అశోక్, అపూర్వ నివ్వెరపోయారు. ఫెరారీ కేసు అనుకోని మలుపు తిరిగింది.

"ఆమె ప్రమాదం చెయ్యలేదు. మేమే సాక్ష్యం. పోలీసు స్టేషనుకి వస్తాం," అన్నాడు అశోక్ ధృఢంగా.

ఆమె పూర్తి పేరు కొడవలపూడిక అరుణ. గవర్నమెంటు ఆసుపత్రిలో హెడ్ నర్సు. వయసు నలభై.

'డ్యూటీ దిగి ఇంటికెళ్తున్నా. ఎవరో నా కారు ముందు పడ్డారు. సడెన్ బ్రేక్ వేశాను. అంతకు మించి నాకు ఏమీ తెలియదు' అని అరుణ వాంగ్మూలం ఇచ్చింది పోలీసుస్టేషన్లో. తను భర్తతో విడిపోయి ఒంటరిగా ఉంటున్నానని చెప్పింది. మీకు ఎంతమంది పిల్లలు అన్న ప్రశ్నకు ఆమె వెక్కి వెక్కి ఏడ్చింది.

రోడ్డు ప్రమాదం విషయం వరకూ ఆమె చెప్పింది అంతా సత్యం అని అశోక్ పోలీసులకి చెప్పాడు. తను తీసిన వీడియో చూపించాడు.

వీడియో క్లిప్ ని యూ ట్యూబ్ ఛానెల్ 'దిక్సూచి' లో పోస్టు చేద్దామని ప్రయత్నం అని అశోక్ చెప్పాడు.

రూలింగ్ పార్టీ ఎమ్.ఎల్.ఏ కొడుకు భరణి ఆ ఫెరారిని డ్రైవ్ చేస్తున్నాడని చెప్పింది అపూర్వ.

అశోక్, అపూర్వ, అరుణల ఫిర్యాదు ఆధారంగా FIR రెడీ అయింది. పోలీసులు మారుతి కారుని అధీనంలోకి తీసుకున్నారు. అపస్మారక స్థితిలో ఉన్న వ్యక్తిని గవర్నమెంటు హాస్పిటల్లో అడ్మిట్ చేశారు. ఫెరారి ఓనరు మీద ఎంక్వైరీ మొదలైంది. కేసు కోర్టుకి వస్తుందనీ, విచారణకి రావాల్సి ఉంటుందనీ చెప్పి తగిన పూచీకత్తుతో ముగ్గుర్నీ విడిచిపెట్టారు పోలీసులు.

అరుణ, అపూర్వ, అశోక్ పోలీసుస్టేషను బయటకి వచ్చారు. అరుణ వాళ్ళ ఔదార్యానికి ముగ్ధురాలైంది.

"చాలా థాంక్స్. మీరు హెల్ప్ చెయ్యకపోయుంటే కటకటాల వెనకుండేదాన్ని. నేను 'దిక్సూచి' ఛానెల్ ఫాలోయర్. ఈ కేసు 'దిక్సూచి' లో పోస్టు చేస్తారా? ఏమవుతుందీ కేసు?" అని ప్రశ్నించింది.

"అప్పుడే ఏమైంది. పోలీసులు భరణిని కోర్టులో హాజరు పరచాలి. అతను నేరం ఒప్పుకోడు. మనం వాదోపవాదాలకి సిద్ధపడాలి. మా ఫోను నెంబర్లు సేవ్ చేసుకోండి. అవునూ...మీ పూర్తి పేరు కొడవలపూడిక అరుణ కదూ... మీ గురించి మీరు ఏమీ దాచకుండా చెప్పారని అనుకోవచ్చా?" అని అడిగింది అపూర్వ.

అపూర్వ ప్రశ్నకి అరుణ సమాధానం దాటవేస్తూ, ఇద్దరి ఫోను నెంబర్లు సేవ్ చేసుకుని, తన నెంబరు వాళ్లకిచ్చి సెలవు తీసుకుంది.

అపూర్వకి ఫోన్ కాల్ వచ్చిందప్పుడు. స్క్రీన్ కేసి చూసింది. 'భాస్కర్ 'జాగృతి' టీవీ జిఎం' అని కనపడింది. ఆమె రెస్పాన్స్ చేసింది. "చెప్పండి భాస్కర్!" అంది. "ఫెరారి కేసు విషయంలో రేపు కలుద్దామా,' అని అడిగాడు భాస్కర్.

"మళ్ళీ కాల్ చేస్తా," అని అపూర్వ ముక్తసరిగా సమాధానం చెప్పింది.

భాస్కర్ 'జాగృతి' టీవీ జనరల్ మేనేజర్. 'జాగృతి' టీవీ అపోజిషన్ పార్టీ రాజకీయ నాయకుడిది. 'జాగృతి' టీవీ ఛైర్మను పేరు పింగళరాజు.

భాస్కర్ తాజాగా వార్త విన్నాడు 'జాగృతి' రిపోర్టర్ ద్వారా.

'రోడ్డు ప్రమాదంలో ఒక వ్యక్తి కారు కింద పడి, తీవ్రంగా గాయపడి, అపస్మారక స్థితిలోకి వెళ్ళాడు. ఆ కారు రూలింగ్ పార్టీ ఎం.ఎల్.ఎ కొడుకుది అని పోలీసు స్టేషన్లో అశోక్, అపూర్వ సాక్ష్యం చెప్పారు' అని విన్నాడు.

భాస్కర్ కి అశోక్, అపూర్వలతో పరిచయం ఉంది. రూలింగ్ పార్టీ సభ్యుల ప్రమేయం ఉన్న రెండు నేరాల సమాచారం ఇంతకు మునుపు ఇద్దరూ 'జాగృతి' టీవీకి ఇచ్చారు. భాస్కర్ ఆ నేరాల్ని తన ఛానెల్లో సంచలనం చేసి, రూలింగ్ పార్టీని ముప్పు తిప్పలు పెట్టాడు.

ఉదయం ఎనిమిది. అరుణ అపూర్వకి కాల్ చేసి, "తెలియని నెంబరునుంచి కాల్ వచ్చింది. ఫెరారి కేసు విత్ డ్రా చేసుకోకపోతే, మన ప్రాణాలకి ముప్పు అని. మీకెందుకు రిస్కు? మీకు చాలా భవిష్యత్తు ఉంది. నా అవస్థలేవో నే పడతాను. మీరీ కేసు వదిలేయండి," అని ప్రార్థించింది.

"మేడమ్, మా దగ్గరున్న సాక్ష్యం మీకు ఉపయోగపడాలి. అంతేకాదు. ఫెరారి డ్రైవ్ చేసింది రూలింగ్ పార్టీ ఎమ్.ఎల్.ఏ కొడుకు భరణి. ఇలాటి కేసులే మాకు ఎదగటానికి మెట్లు. ఈరోజు మనం కోర్టులో కలుస్తున్నాం," అని భరోసా ఇచ్చింది అపూర్వ.

కేసు పదకొండు గంటలకి వాదనకి వచ్చింది. ఆ సమయంలో తను ఫెరారి డ్రైవ్ చేయట్లేదన్నాడు భరణి. తన డ్రైవర్ స్టీరింగ్ వెనక ఉన్నాడన్నాడు. ఆరోగ్యం బాగోలేక తను అప్పుడు ఫామిలీ డాక్టరు దగ్గర ఉన్నానని, భరణి డాక్టరు సర్టిఫికెటు చూపించాడు.

జడ్జి పోలీసులు ఇచ్చిన రిపోర్టు చదివాడు. భరణి డాక్టర్ని కలిసినట్టుంది రిపోర్ట్లో.

అశోక్ తరఫు లాయరు శంభులింగం వీడియో రికార్డింగు చూడమని జడ్జిని అర్థించాడు. కోర్టులో అశోక్ షూట్ చేసిన వీడియోని ప్రదర్శించారు.

'తన క్లయింటుని వీడియోలో మార్ఫింగ్ చేశారని' వాదించాడు భరణి తరఫు లాయరు.

వీడియో కంటెంట్ వాస్తవమా కృత్రిమమా పరిశీలించమని ఫోరెన్సిక్ నిపుణులను ఆదేశించి, జడ్జి కేసుని వాయిదా వేశాడు. అశోక్ తన కెమెరాని ఫోరెన్సిక్ ల్యాబ్ లో సరెండర్ చేశాడు.

అరుణ, అపూర్వ, అశోక్ ల్యాబ్ బయటికి వచ్చారు. హఠాత్తుగా ఒకడు మెరుపులా దాడి చేసి, కెమెరా రిసీవ్ చేసుకున్నట్టు ల్యాబ్ ఇచ్చిన రశీదు ఉన్న ఫైలు అశోక్ చేతిలోంచి లాక్కుని, బైకు మీద ఉడాయించాడు. అశోక్ తన బైకు మీద వాడి వెంటపడ్డాడు. మరో అరగంటకి, అశోక్ చేతిలో ఫైలుతో, అలసిపోయిన మొహంతో వచ్చాడు.

అరుణ అశోక్, అపూర్వలనే తదేకంగా చూస్తూ అంది, "మీరు చాలా రిస్క్ తీసుకుంటున్నారు. మీకేమవుతుందో అని దిగులుగా ఉంది."

"మేడమ్! మేం పట్టించుకోకపోతే మీరు బలయిపోతారు. గుబులవకండి. ఇవి మాకు మామూలే," అని సర్ది చెప్పాడు అశోక్.

అపూర్వ కలగజేసుకుంటూ, "అరుణగారూ, పిటిషన్లో మీ భర్త పేరు కె.బి. వి.రావు అని పొడి అక్షరాలతో ఉంది. మీ ఇంటి పేరు కొడవలపూడిక. మీ భర్త పూర్తి పేరు తెలుసుకోవచ్చా?" అని ప్రశ్నించింది. నైరాశ్యంతో నిండిన అరుణ కళ్లు సూటిగా చూశాయి. ఆ ప్రశ్న మరెవరైనా వేస్తే మౌనంగా వెళ్లిపోయేదే!!

"సందేహాలన్నీ నివృత్తి చేస్తా. మా ఇంటికెళ్దాం. నా కథ చెప్పటం ఎంత ముఖ్యమో, ఓ విషయంలో మీ సహాయం అర్థించటం అంతే ముఖ్యం," నెమ్మది, ఆప్యాయత కూడిన స్వరంతో అంది అరుణ.

అధ్యాయం 4

అరుణ కథ

అరుణ ఇల్లు బేగంపేటలో మిడిల్ క్లాసు కాలనీలో రెండు బెడ్రూంల ఫ్లాటు. ఆమె ఒక్కర్తే ఉంటోంది. ఏ గదికా గది అద్దంలా ఉంది.

నర్సు ఉద్యోగం తాలూకూ సరంజామా అరలో పద్ధతిగా అమర్చి ఉంది. పొందికైన డైనింగు టేబిలు, సోఫా సెట్ హాల్లో ఉన్నాయి.

అరుణ ఇద్దరికీ మంచి నీళ్లు, టీ అందించింది.

"నా భర్త పేరు కొడవలపూడిక భగవంతరావు! అతనెవరో మీకు తెలుసా?" అడిగింది అరుణ.

అశోక్, అపూర్వ కూడుకుని జవాబు చెప్పారు, "ఓ! తెలుసు!" అని.

అపూర్వ కంటిన్యూ చేసింది," కొడవలపూడిక భగవంతరావు రాష్ట్ర కేబినెట్ మంత్రి. సారధి గ్రూపు అతనిదే. అతని నిక్-నేమ్ 'సిగ్నేచర్ సాట్'. ఆ నిక్-నేమ్ ఎలా వచ్చిందో కూడా తెలుసు. *Signature* విస్కీ అతను తాగే బ్రాండు. విస్కీ పీకల దాకా తాగానా లేదా అని తెలుసుకునేందుకు ఓ పరీక్ష పెట్టుకునేవాడట. పక్కన పెన్ను, తెల్ల కాగితం పెట్టుకునేవాడట. కాగితం మీద తన సిగ్నేచరు తనే పెట్టలేనప్పుడు 'మందు ఎక్కువయింది' అని తాగటం ఆపేసేవాడట. తర్వాత తన సంతకం బరకటం మొదలెట్టేవాడట. సంతకం మళ్ళీ పెట్టగలిగిన వెంటనే, బిగ్గరగా నవ్వుతూ గ్లాసులో విస్కీ పోసుకునేవాడట. రాక్షసంగా తాగేవాడట."

"అంత సమాచారం తెలిస్తే, నా గతం వినటానికి సరియైన శ్రోతలు మీరే," అంది అరుణ.

తన కథ చెప్పటం మొదలెట్టింది, "నేను మిషనరీ ఆర్ఫనేజులో పెరిగాను. సిస్టరు థెరేశ నాకు తల్లీ తండ్రి. చిన్న వయసునుంచీ, సోషల్ సర్వీసే నాకు కాలక్షేపం, హాబీ, లక్ష్యం, గమ్యం.

"నర్సు ట్రైనింగయ్యి, గవర్నమెంటు హాస్పిటల్లో జాయినయ్యాను. పెళ్లి చేసుకోలేదు. ముప్పై ఐదేళ్లు వచ్చాయి.

"ఒకసారి పెద్ద రైల్వే ప్రమాదం జరిగింది. నేనప్పుడు పేథోలజీ డిపార్ట్‌మెంట్లో నర్సు. శవాలు గుట్టలు గుట్టలుగా వచ్చాయి ప్రమాద స్థలంనుంచి. భగవంతరావు వాలంటీరుగా వచ్చాడు సాయం చేయటానికి. సిటీ రాజకీయాల్లో చాలా చురుకుగా ఉండేవాడు. అతని సేవాభావం నచ్చి స్నేహం చేశాను. మా స్నేహం ప్రేమగా మారింది. పెళ్లి చేసుకుందాం అన్నాడు. కాదనటానికి కారణం కనపడలే.

"సిస్టరు థెరేశ వార్నింగ్ చేసింది రాజకీయనాయకుడ్ని నమ్మవద్దని. "*నీ అందానికి గాలం వేశాడు! అంతేకాదు. నిన్ను పెళ్లి చేసుకుంటే అతని ఇమేజు డబలవుతుంది.*' అంది.

"మొదటిసారి ఆమె మాట జవదాటాను.

"పెళ్లి చేసుకున్నాం. ఏడాదికి పాప పుట్టింది. పేరు జాహ్నవి. అప్పటికే ఆ నోటా ఈ నోటా భగవంతరావు వికృత చేష్టలు నా చెవిన పడుతున్నాయి.

"మా సర్జను శవాలకి అటాప్సీ పరీక్షలు చేస్తాడు. నేను అతనికి అసిస్టెంటు. భగవంతరావు పేరు నిందితుడిగా పోలీసు ఫైల్సులో తరచుగా కనపడేది. తనని నిలదీశాను. ఖండించాడు. అపోజిషను పార్టీ వాళ్ళు తనని ఇరికిస్తున్నారనేవాడు. నా కళ్ళతో నేనే చూశాను అతను ఒకడ్ని చావగొడుతుంటే. అతనితో తెగతెంపులు చేసుకున్నా. అతని బంగళా వదిలిపెట్టి, జాహ్నవితో ఇదిగో ఇక్కడికి వచ్చేశా.

"అతని చేతుల్లో మోసపోయానే అని కోపంగా, ఉక్రోషంగా ఉండేది. జైల్లో పెట్టించాలి అని కంకణం కట్టుకున్నా. ఒక మర్డరు కేసులో అతనికి వ్యతిరేకంగా సాక్ష్యం ఇవ్వటానికి రెడీ అయ్యాను. జాహ్నవిని చంపేస్తా అని బెదిరించాడు. అయినా అతన్ని కటకటాల వెనక్కి పంపించాలని చెయ్యని ప్రయత్నం లేదు. దొరికినట్టే దొరికి తప్పించుకునేవాడు.

ఐదేళ్లు పైన గడిచాయి.

"ఆర్నెల్ల కితం, సిటీలో ఎమ్.ఎల్.ఏ బై-ఎలెక్షను వచ్చింది. రూలింగ్ పార్టీ తరఫున భగవంతరావుకి సీటు దొరికింది. ఆ ఏరియాలో క్రిష్టియన్సు ఎక్కువ. మిషనరీ తరఫున ఎవరో ఒకరు ఇండిపెండెంటుగా ఎన్నికల్లో నిలబడటం రివాజు. ఆసారి సిస్టరు థెరేశ నామినేషను వేసింది. సిస్టరు పోటీలో ఉంటే అతను ఓడిపోవటం ఖాయమని పత్రికల ఒపీనియను పోల్సు వచ్చాయి.

"భగవంతరావు సిస్టర్ని విత్-డ్రా చేసుకోమన్నాడు. బెదిరించాడు. బూతులు తిట్టాడు. పోలీసుకి కంప్లయింటు చేశాం. ఫలితం లేదు. అతని బెదిరింపులు పెరిగిపోయాయి.

"సిస్టరు నిలబడితే ఓట్లు చీలిపోతాయి. అతనికి ఆ ఎన్నిక చావో రేవో. బేరాలకి రమ్మని కబురు పెట్టాడు. మేము పట్టించుకోలే.

"చేతిలో చిక్కాడు అని నాకు గర్వం కలిగింది.

"ఓ రోజు సిస్టరు థెరేశ అంది భగవంతరావు తనని కలవటానికి వస్తున్నాడని.

"రానీ అనుకున్నా. వచ్చి బెదిరిస్తాడు. పచ్చి బూతులు తిడతాడు. కొడతాడు. అతన్ని చట్టానికి పట్టించాలని నిర్ణయం చేశా. ముల్లుని ముల్లుతోనే తియ్యాలి. అతని ధూర్తపు చేష్టలు వీడియో తియ్యాలని నిర్ణయం చేశాను.

"సిస్టరు ఆఫీసు రూంలో గాజు తలుపులున్న అలమార్లు ఉన్నాయి. నల్లమద్ది చెక్కతో చేయబడిన అలమార్లు అవి. నేలబారు నుంచి పైకప్పు దాకా గోడ చుట్టూ నిలువెత్తున అమర్చి ఉన్నాయి. అలమార్ల నిండా బైబిలు గ్రంథాలు వరుస క్రమంలో నిలబెట్టి ఉన్నాయి. ఒక గ్రంథంలో పేజీలు తీసేశాను. డొల్ల చేశాను. మొబైల్ ఫోను కెమెరాతో వీడియో షూట్ చేయగలిగినంత కన్నం బైండు అట్టకి పెట్టాను. ఫోను అక్కడ తాటించాను. అట్నుంచి చూస్తే, బైబిలు గ్రంథం నిలబెట్టినట్టుంటుంది.

"అలమారు వెనకవైపు నించుని వీడియో తీయటానికి సిద్ధం అయ్యాను. అసాధ్యమైన ప్రయత్నం చేస్తున్నానన్న ఫీలింగు లేదు. ఫోరెన్సిక్ సిబ్బందితో కలిసి క్రైమ్ సీన్లలో పని చేసి రాటు తేలాను. అతణ్ని పట్టించటానికి ఏ సాహసమైనా చేసే ఉత్సాహంతో ఉన్నాను. భగవంతరావులాంటి వాళ్ళని ఫిక్స్ చెయ్యాలంటే ఇలాంటి గిమ్మిక్కులు షరా మామూలే అన్నాను సిస్టరుతో.

"భస్తే విత్ డ్రా అవ్వను' అని మొండికెయ్యి సిస్టర్," అన్నా.

"సహనం కోల్పోయి, సిస్టర్ని బూతులు తిడతాడు. కొడతాడు. ఆ సీను వీడియో తీసి ఎలెక్షన్ కమీషనుకి ఇచ్చి అతన్ని అనర్హుణ్ణి చేయించాలని ప్లాను. ఫోన్లో సిమ్ తీసేశాను. ఫోను ఏరోప్లేన్ మోడ్ లో పెట్టాను. వీడియో తీసేటప్పుడు అవాంతరాలు రాకుండా చూసుకున్నా. అలమారు వెనక నేనున్నట్టు తెలిసే ప్రసక్తే లేదు.

"భగవంతరావు ఆలస్యంగా వచ్చాడు. మిషనరీ ఆఫీసు బిల్డింగు మొత్తానికి సిస్టరు థెరేశ, అల్మరా వెనక నేనూ ఉన్నాం. చాలా గౌరవంగా, రెండు చేతులూ ఎత్తి నమస్కారం చేసి, "సిస్టర్! మీ సపోర్టు కావాలి. విత్-డ్రా చేసుకోండి," అన్నాడు. పదే పదే అర్థించాడు. నేను వీడియో తీస్తున్నా. సిస్టరు కుదరదని చెప్పినకొద్దీ ఇనుమడించిన గౌరవం నటించాడు.

"ఉన్నట్టుండి అదోలా నవ్వాడు. అలా నవ్వాడంటే, అతనిలోని అపరిచితుడు నిద్ర లేచాడని. అటూ ఇటూ చూశాడు. జేబులోంచి తాపీగా రివాల్వర్ తీశాడు. సిస్టర్ని కాల్చాడు. ఆమె కుప్పకూలిపోతోంది. ఆమె నేలమీదకి ఒరిగిపోకముందే, ఇద్దరు పహిల్వాన్లు లోపలికి వచ్చి ఆమెను మోసుకుపోయారు. భగవంతరావు అక్కడ్నించి వెళ్తున్నాడు.

"కెవ్వున కేక వేయకుండా ఎలా ఉండగలిగానో నాకిప్పటికీ ఆశ్చర్యమే. సిస్టరు పిండుకుపోతున్న స్వరంతో, "అరుణా! పారిపో!" అని అరిచింది.

"ఆమె అలా అరవగానే, హత్యని వీడియో తీసిన ఫోను తీసుకుని, ఒక్క ఉదుటున పక్క గదిలోకి గెంతి, ఆ గది తలుపులు అటువైపు బయటనుంచి లాక్ చేసి పారిపోయాను. ఆ సదుపాయం ముందుగా సిద్ధం చేసుకున్నదే.

"నా లక్ష్యం అప్పుడు ఒక్కటే. జాహ్నవి-క్షేమం! త్వరగా ఫ్లాట్ చేరుకోవాలి.

"భగవంతరావు సిస్టరు థెరేశ అరుపు విని మళ్ళీ లోపలికి వచ్చి గదంతా వెతుకుతాడు నాకోసం. నేను కనపడను. అల్మరా మూల నేనేం చేస్తున్నానో ఊహించడానికి ఏమంత తెలివితేటలు అవసరం లేదు. పక్క గది తలుపులు తీయటానికి ట్రై చేస్తాడు. నేను పారిపోయానని అర్థమవుతుంది. నా ఫ్లాటుకి వెళ్తాడు. నా కంటే ముందుగా వెళ్ళినా వెళ్తాడు. జాహ్నవిని కిడ్నాప్ చేస్తాడు.

"మిషనరీ బిల్డింగు వెనక వైపు కారు పార్క్ చేశాను. ఇరుకు సందు. చుట్టూ తిరిగి అక్కడికి చేరి కారు తీసేసరికి చాలా టైం వృథా అయింది. ఫ్లాటుకి వేగంగా డ్రైవ్ చేశాను. వెళ్తూ, జాహ్నవికి కాల్ చేశాను. తనకి ఆరేళ్లు. రోజులో కొంత సమయం ఒక్కర్తే ఉండటం తనకి తప్పనిసరి. డ్యూటీలో ఉన్నప్పుడు కాల్ చేస్తుంటా అడపాదడపా. జాహ్నవి ఫోన్ తీసింది. "జానూ! పారిపో! ఫ్లాట్లో ఉండకు," అని అరిచా.

"ఎలా పారిపోతుంది. మన కూతురు నాతో ఉంది," అన్నాడు భగవంతరావు. వెటకారం, పగ అతని గొంతులో నాట్యం చేస్తున్నాయి.

"థెరేశ హత్యని వీడియో తీశావా?" అన్నాడు.

"ఫోను ఇచ్చేస్తా! జాహ్నవికి అపకారం చెయ్యకు," అని లొంగిపోయా.

"ఆఫీసుకి వచ్చి, ఫోను ఇచ్చి, జాహ్నవిని తీసుకెళ్లు,"అన్నాడు.

అతని ఆఫీసుకి వెళ్ళేసరికి రాత్రి పదకొండయింది. ఫోను ఇచ్చి, 'జాహ్నవిని ఇయ్యి?" అనడిగాను.

"నేను జాహ్నవిని తీసుకొచ్చి రెండు గంటలు పైనే అయ్యింది. ఇంతసేపూ ఏం చేస్తున్నావో ఊహించలేనంత వెధవని కాదు. హత్యని వీడియో షూట్ చేసిన ఒరిజినల్ ఫోను ఇది కాదు. అవునా? నా వాళ్ళు చెక్ చేసి, అంతా ఆల్ రైట్ గా ఉంటే జాహ్నవి ఇల్లు చేరుతుంది," అన్నాడు.

"నేను అతనికి వీడియో తీసిన ఒరిజినల్ ఫోను ఇవ్వలేదు. ఒరిజినల్ ఫోను నా దగ్గరున్నంతవరకూ జాహ్నవికి ఏ అపకారం చెయ్యడు. ఎడిట్ అయిన, బదిలీ చేయబడిన వీడియోలు కోర్టులో సాక్ష్యంగా తీసుకోరు. ఆ ఫోను చాలా ముఖ్యమని అతనికీ, నాకూ-ఇద్దరికీ తెలుసు.

"మరోసారి నా ఫ్లాటుకి వచ్చి, ఫోను కోసం వెతికాడు. నన్ను కొట్టాడు. మిషనరీ బిల్డింగుకి మళ్ళీ తీసుకెళ్ళాడు. అక్కడా వెతికాడు. నా కారంతా వెతికాడు.

"జాహ్నవికీ, నాకూ ఏమైనా అయితే, ఫోను కోర్టుకి చేరే ఏర్పాటు చేశా," అన్నాను మొండి ధైర్యంతో.

నన్ను ఓ తోపు తోసి, "ఫోను ఇవ్వకపోతే, జాహ్నవిని చంపుతా," అన్నాడు.

నాకు ఎక్కడలేని ధైర్యం వచ్చింది, "జాహ్నవి, నేనూ క్షేమంగా ఉన్నంత కాలం, నువ్వు జైలుకి వెళ్లవు," అన్నాను.

ఉగ్రంగా అరుస్తూ వెళ్లిపోయాడు.

"ఒరిజినల్ ఫోను ఇచ్చినా, నిజాయితీగా జాహ్నవిని ఇస్తాడని నమ్మకం లేదు.

"ఇది జరిగి ఆర్నెల్లయింది.

"సిస్టరు థెరేశ ఆ రోజునే చనిపోయింది. రోడ్డు ప్రమాదంలో చనిపోయినట్టుగా రాసుకున్నారు పోలీసులు.

"భగవంతరావు ఎలక్షన్లో నెగ్గాడు. పైరవీలు చేసి మంత్రి అయ్యాడు. భగవంతరావు రాజకీయాలలో తొలి మెట్టు ఎక్కాడు.

"జాహ్నవి క్షేమంగా ఉంది అని రుజువు చేయటానికి, నెలకోసారి జాహ్నవిని రెండు నిమిషాలు కలవనిస్తాడు. అతను ఏర్పాటు చేసిన లొకేషన్లో అతని మనుషుల మధ్యన కలవాలి!" అరుణ కళ్ల నిండా నీళ్ళు. బాధతో ఆమె గొంతు మూగపోయింది చివరి వాక్యం చెబుతున్నప్పుడు.

"జాహ్నవి అతని బంగళాలోనే ఉంటోందా?" అడిగింది అపూర్వ.

"లేదు. అతనింట్లో పని చేసే ఆడమనిషి నాకు తెలుసు. ఆమెని కలిసి అడిగాను. జాహ్నవి భగవంతరావు ఇంట్లో లేదు. ఎక్కడుందో తెలీదు!" నిరాశగా అంది అరుణ.

"నెలకోసారి జాహ్నవిని మీ దగ్గరకి ఎలా తీసుకువస్తారు?" ప్రశ్నించాడు అశోక్.

"మొదటి రెండు నెలలు స్కూలు వ్యాన్లో తీసుకొచ్చారు. గత నాలుగు నెలలుగా వాట్సప్ వీడియో కాల్ చేస్తున్నారు," అంది అరుణ.

"జాహ్నవికి అతను తండ్రి కదా! మనం ఫోను పోలీసుకి సరెండర్ చేస్తే, జాహ్నవిని అంత నిర్దాక్షిణ్యంగా చంపేస్తాడా?" అశోక్ ప్రశ్నించాడు.

"సందేహం లేదు. వాడు నరరూప రాక్షసుడు," తడుముకోకుండా చెప్పింది అరుణ.

అపూర్వ అల్మారా దగ్గరకెళ్లింది. ఫోటో ఫ్రేములో ఉన్న అమ్మాయిని చూసి, "ఈ అమ్మాయే జాహ్నవా?" అని అడిగింది. అవును అని తలూపింది అరుణ.

అపూర్వ అశోక్ కి కళ్ళతో సైగ చేసింది ఫోటో చూడమని. అశోక్ ఫోటో చూశాడు.

"ఈ పరిస్థితిలో నేనేం చేస్తే కరెక్టు?" సలహా అడిగింది అరుణ.

"ఆలోచించాలి. మేం అర్జెంటుగా ఓ సినిమా డైరెక్టరు మీద క్రిమినల్ కేసు ఫైల్ చెయ్యాలి. ఈ యాక్సిడెంటు కేసు డీల్ చెయ్యాల్సి వచ్చి, ఇప్పటికే ఆలస్యం అయింది," అన్నాడు అశోక్ ఫ్లాస్కులోంచి కప్పులోకి టీ వంపుకుంటూ.

అపూర్వకి కాల్ వచ్చింది. ఆమె సమాధానం చెప్పింది, "భాస్కర్! సమయం వచ్చినప్పుడు మీ సాయం తీసుకుంటాం."

కాల్ కట్ చేశాక, అశోక్ కేసి చూసి, "'జాగృతి' టీవీ భాస్కర్ నుంచి కాల్. ఫెరారి కేసులో తనని ఎంగేజ్ చేయమంటున్నాడు," అంది అపూర్వ.

ఇద్దరూ సోఫాలోంచి లేచారు వెళ్ళటానికి.

అరుణ అర్థించింది: "భగవంతరావు క్రిమినల్. అతన్ని జైలుకి పంపించాలి. నేను జాహ్నవిని తిరిగి పొందాలి. నా దగ్గర తిరుగులేని సాక్ష్యం ఉంది. నేనొక్కర్తినే ఏమీ చెయ్యలేను. నాకు సాయం చెయ్యండి, ప్లీజ్! మీరు ఏం చెప్తే అది చేస్తా."

"మేడమ్, హత్యని షూట్ చేసిన ఫోను మీ దగ్గరే జాగ్రత్తగా ఉందా ఇప్పుడు?" అని అడిగాడు అశోక్. అవును అని తలూపింది అరుణ.

"మాకు టైం కావాలి," అని ఇద్దరూ బయలుదేరారు.

అశోక్, అపూర్వ బైకు మీద హాస్టలుకి వస్తున్నారు. అపూర్వ డ్రైవ్ చేస్తోంది. పరిశోధనలో క్లూ దొరికితే వృత్తిపరమైన పరాచికాలాడుకోవటం మజా వాళ్ళకి.

"కొద్దిసేపటి కితం నీ కళ్ళు ఆశ్చర్యంతో పెద్దవయినాయి. ఎందుకు?" అపూర్వ అడిగింది అశోక్‌ని.

"నువ్వే చెప్పు ఎందుకో?" నవ్వుతూ ఎదురు ప్రశ్న వేశాడు అశోక్.

"జాహ్నవి ఫోటో చూసినప్పుడు ఏమనిపించింది?" అంది అపూర్వ.

"నాకేదో అనిపించిందిలే. నాకు అనిపించిందీ నువ్వు అనుకొనేదీ ఒక్కటే అవ్వాలని రూలు లేదు కదా!" అన్నాడు అశోక్.

"త్వరగా చెప్పు!" అంది.

"ముందు నువ్వు చెప్పు!"

"సరే! ఓ పని చేద్దాం! నేను మొదలెడతా. నువ్వు ముగించు," అంది అపూర్వ.

"సరే!" అని అపూర్వ చెప్పే విషయం తనకి బాగా వినిపించేలా, తను పూరించేది అపూర్వకి వినపడేలా దగ్గరగా జరిగాడు.

"ఆ రోజు స్కూల్ వ్యాను చిన్న యాక్సిడెంటు చేసి వెళ్లిపోతుంటే అటకాయించి ఆపాం......" అని ఆపింది అపూర్వ.

అశోక్ అందుకున్నాడు, "వ్యాను లోపలిద్దరు టీచర్లు, ఒక స్టూడెంటు ఉన్నారు. టీచర్లు కండలు తిరిగున్నారు. మనల్ని వ్యాన్లోంచి తోసేసి, తప్పించుకెళ్ళిపోయారు. అప్పుడు..." అని ఆపాడు అశోక్.

"వ్యానుని వెంటడించాం. వ్యాను జూబ్లీహిల్స్ చెక్ పోస్ట్ దగ్గర సందులోకి తిరిగింది. అక్కడకి వెళ్ళాం. ఆ సందులో వ్యాను మాయం అయింది. గాలించాం. అప్పుడే రాఘవ నుంచి కాల్ వచ్చింది టెనర్జీకి కథ చెప్పాలని," చెప్పటం ఆపింది అపూర్వ.

"నువ్వు అసలు విషయం చెప్పలేదు," అన్నాడు అశోక్.

"ఒక అమ్మాయిని స్కూలు యూనిఫారంలో వ్యాన్లో చూశాం. అంత హడావుడిలోనూ అమ్మాయి ఫోటో తీశాం," అని ముగించింది అపూర్వ.

అపూర్వ బైకు సైడుకి ఆపి, ఫోన్లో గ్యాలరీలో ఫోటోలు ఓపెన్ చేసింది. రెండు ఫోటోలు! ఒక ఫోటోలో స్కూలు వ్యాను! మరో ఫోటోలో-జాహ్నవి!

"శభాష్!" అన్నాడు అశోక్.

“జాహ్నవిని జుబ్లీహిల్స్ లో ఆ సందులో దాచారు. అరుణకి సాయపడగలమేమో!” అంది అపూర్వ.

“పీకల్లోతులో ఇరుక్కున్నాం ఫెరారి కేసులో. మరోపక్క మదన్ మీద కేసు వెయ్యాలి. జాహ్నవి కేసులో తలదూరిస్తే భగవంతరావుతో వివాదం పడాలి! ఇప్పుడు సెట్ కాదు మనకి!” అన్నాడు అశోక్. అపూర్వ బైకు గేరు మార్చి, ఏక్సిలిరేటర్ రైజ్ చేసింది దీర్ఘంగా ఆలోచిస్తూ!

అధ్యాయం 5

వెరైటీ వెబ్ సిరీస్ ప్రయోగం

ఫెరారి కేసులో ఆ రోజు కోర్టుకి వెళ్ళాలి.

అరుణ నుంచి ఫోను కాల్!

"అశోక్! కోర్టుకి వెళ్లవలసిన అవసరం లేదేమో. ప్రమాదంలో గాయపడి అపస్మారక స్థితిలో ఉన్నతను చనిపోయాడు," అంది అరుణ.

"అరె! చనిపోయాడా? కేసు ఇక్కడితో కంచికి పోయినట్లేనా! ఏమవుతుందిప్పుడు?" అన్నాడు అశోక్.

"బాడీని మార్చురీకి తరలిస్తారు. ఎవరూ క్లెయిమ్ చెయ్యకపోతే, కోర్టు పర్మిషను తీసుకుని అటాప్సీ చేస్తాం. శవానికి అంత్యక్రియలు చేస్తారు. సాధారణంగా అప్పట్నుంచీ పోలీసులకి ఆ కేసు మీద ఫోకస్ పోతుంది.

"మనం ప్రత్యేకంగా వెంటపడితే తప్ప ఈ కేసు బతికుండదు. మీకు సవాలక్ష పనులున్నాయి. నా రిక్వెస్ట్...ఈ కేసునుంచి మనం తప్పుకుందాం," అంది అరుణ.

అశోక్ మాటలు వింటున్న అపూర్వకి విషయం అర్థమయింది. నిర్ఘాంతపోయి, "చనిపోయాడా?" అని, "ఇంక ఈ కేసు పట్టుకుని వేలాడ్డం ఎందుకు? అలా అని భరణిని వదిలిపెట్టొద్దు. వాడి అఘాయిత్యాలు 'దిక్సూచి' లో వైరల్ చేద్దాం," అంది అపూర్వ.

అశోక్ విన్నాడు. సలహా సబబుగా అనిపించింది.

అరుణతో, "సరే!" అన్నాడు ఫోన్లో.

లాయరు శంభులింగానికి కాల్ చేసి, "సార్! ప్రమాదంలో గాయపడిన వ్యక్తి మరణించాడు. కేసు వాయిదా అడగండి," అన్నాడు.

తర్వాతి వారం ఫెరారి కేసు కోర్టులో వాదనకి వచ్చింది. ఎవరూ క్లెయిమ్ చేయకపోవటంతో కోర్టు అనుమతితో మృతశరీరానికి దహన సంస్కారాలు అయిపోయాయి. కాగల కార్యం గంధర్వులు తీర్చినట్టు, భరణి తరఫు లాయరు

వాయిదా అడిగాడు భరణికి ఆరోగ్యం సరిలేదంటూ! లాయరు శంభులింగం ఎటువంటి అభ్యంతరం చెప్పలేదు కోర్టులో. ఫోరెన్సిక్ ల్యాబ్ నుంచి తన వీడియో కెమెరా వాపసు తీసుకున్నాడు అశోక్.

భాస్కర్ నుంచి అపూర్వకి కాల్ వచ్చింది. “ఫెరారి కేసు చప్పగా ముగించారు. రూలింగు పార్టీని ఓ పట్టు పట్టేవాళ్లం. నాకా అవకాశం ఇచ్చి ఉండాల్సింది. మరేదైనా కేసు ఎదురైతే నన్ను ఎంగేజ్ చెయ్యండి. భయపడకండి,” అన్నాడు భాస్కర్.

“భయం లేదు. అంతకంటే ముఖ్యమైన పనుంది,” అంది అపూర్వ.

ఫోన్లో సంభాషణయ్యాక, అపూర్వ అశోక్ తో అంది, “భాస్కర్ నుంచి ఫోను మీద ఫోను వస్తోంది. రూలింగు పార్టీ వాళ్ళ మీద కేసులేమైనా వస్తే తన సపోర్టు తీసుకోమని.”

“రూపాయి చేతిలో పెట్టడు. కేసులు మటుక్కూ కావాలంటాడు. ఇంతకుముందు రెండు కేసులిచ్చాం. ఒక్క రూపాయి ఇవ్వలేదు. మనం కష్టపడితే వాడు సొమ్ము చేసుకుంటాడు. పద! మనకి బోల్డు పనులున్నాయి! మదన్ మీద కేసు వెయ్యాలి. కీలక ఆధారాన్ని శంభులింగానికి ఇచ్చి వద్దాం,” అని బైకు స్టార్టు చేశాడు అశోక్.

ఆలోచనలు సమతూకంలో తెగకపోతే, బైకు మీద రౌండ్లు కొడుతూ రోడ్లమీద తిరుగుతారిద్దరూ.

అపూర్వ అంది: “జాహ్నవి ఫలానా సందులో ఉండవచ్చు అని అరుణతో చెప్దాం. అక్కడ్నించి జాహ్నవిని రక్షించటానికి అరుణని భాస్కర్ సపోర్టు తీసుకోమందాం! బదులుగా, థెరేశ హత్యని వీడియో తీసిన ఫోను అరుణ భాస్కర్ కి ఇస్తుంది. ‘జాగృతి’ టీవీ ఆ రుజువుతో భగవంతరావుని, రూలింగు పార్టీని ఫైసల్ చేస్తుంది! మనక్కూడా భగవంతరావు పని పట్టడమే కావాలి. వాట్ డూ యూ సే? జస్ట్ ఏ థాట్!”

“ఫోను భాస్కర్ కి గ్యారంటీగా ఉపయోగపడుతుంది. సాధారణమైన సాక్ష్యం కాదు కదా అది! అయితే అరుణ జాహ్నవిని దక్కించుకుంటుందని గ్యారంటీ లేదు. జాహ్నవి ప్రాణాలు పోయినా పోవచ్చు పెద్దవాళ్ల గొడవల్లో,” అన్నాడు అశోక్.

ఇద్దరూ బైకు మీద కృష్ణానగర్లో చక్కర్లు కొడుతున్నారు.

ఆలోచనలు గుంపులుగా చొచ్చుకొస్తున్నాయి. మేధోమధనం ఇద్దరిలోనూ! మజ్జిగని కవ్వంతో చిలికితే కమ్మని వెన్న వచ్చినట్టు, తమ కథని వెండితెర పై చూసుకోవాలని తహతహలాడే సృజనాత్మక జంటకి మెరుపులాటి ఐడియా తట్టింది.

బైకు ఆపి, అశోక్ వెనక్కి తిరిగి అపూర్వతో అనబోయాడు.

"ఆగు! నువ్వేం చెప్పకు. ప్లీజ్! నాకు భలే ఐడియా వచ్చింది. నీకూ అదే అనిపించిందా? ముందు నేను చెప్తా!" అంది అపూర్వ తీయని గొంతుతో, ఆకాశమంత ఉత్సాహంతో, మొహం నిండా గెలుపు వాకిళ్ళు తెరుచుకున్న దృశ్యం చూసినంత ఆనందంతో.

"నువ్వు మొదలెట్టు! నేను ముగిస్తా!" అన్నాడు అశోక్.

అపూర్వ ముఖం ధీమాగా వెలిగిపోతోంది.

"'జాగృతి' టీవీతో మనమే టై-అప్ చేసుకుందాం! అరుణ భగవంతరావుల కథని క్రైమ్ స్టోరీగా 'జాగృతి' టీవీలో వెబ్ సిరీస్ చేద్దాం!" అని ఆగింది అపూర్వ.

అశోక్ అందుకున్నాడు, "అరుణ భగవంతరావుల కథని మదన్ చేతిలో మనం మోసపోయిన సంఘటనకి ముడి వేద్దాం!"

అపూర్వ ఎగిరి గెంతేసింది వెనక సీటు మీద. "అవును. అవును. సేమ్! అదే ఐడియా నాది కూడా! అరుణ భగవంతరావుల యథార్థగాథని, మనం మదన్ చేతిలో మోసపోయిన సంఘటనతో ముడివేసి, వెబ్ సిరీస్ చేస్తే, నా సామి రంగా" అంటూ అపూర్వ అశోక్ ని గాఢంగా కౌగిలించుకుంది.

"అలా అయితే ఇప్పుడు శంభులింగాన్ని కలవక్కర్లే. పద. స్టెప్ బై స్టెప్ ఆలోచిద్దాం," అన్నాడు అశోక్ బైకు దూకుడు పెంచి ముందుకెళ్తూ.

ఇందిరాపార్కుకి వెళ్లారు.

స్థిమితంగా కూర్చున్నాక, అశోక్ అన్నాడు, "'బిలియనైర్' సినిమా రచయితలం మనమే అని రుజువు చేయటానికి బలమైన ఆధారం మన దగ్గర ఉంది. సిస్టరు థెరేశ హత్యని భగవంతరావు చేశాడని అరుణ దగ్గర తిరుగులేని రుజువుంది. రెండూ ముడిపెట్టి కథ అల్లితే చాలా బావుంటుంది. కానీ, భగవంతరావుతో భేటీ! పెద్ద సాహసమే," చెప్పటం ఆపి అపూర్వ వైపు చూశాడు.

అపూర్వ అంది, "రూలింగు పార్టీ మీద కంటెంట్ ఇమ్మని 'జాగృతి' టీవీ భాస్కర్ మన వెంట పడుతున్నాడు. భగవంతరావుకీ, 'జాగృతి' టీవీకి మధ్య రాజకీయ కక్షలున్నాయి. భగవంతరావు యథార్థగాథని వెబ్ సిరీసుగా తీయటానికి గెంతుకుంటూ ముందుకు వస్తాడు. అంత పెద్ద టీవీ ఛానెల్ మేనేజ్‌మెంట్ మన వెనక

నిలబడితే, అంతకంటే రక్షణ కవచం ఇంకేం కావాలి? ముందు ఓ కథ రాసుకుని, భాస్కర్ ని కలుద్దాం."

అశోక్ తలుపాడు అంగీకారం చెప్తూ.

అపూర్వ అరుణకి కాల్ చేసి, "అర్జెంటుగా కలవాలి జాహ్నవి విషయమై. మీ ఫ్లాటుకి వస్తున్నాం" అంది.

అరుణ సాదరంగా ఆహ్వానించింది.

ముగ్గురూ అరుణ ఫ్లాటులో కలిశారు. అశోక్, అపూర్వ ప్లాను చెప్పారు.

అరుణకి మొదటిసారి తెలిసింది మదన్ అనే సినీ దర్శకుడి చేతిలో ఇద్దరూ మోసపోయారని.

అశోక్ అరుణకి ఆమె పాత్ర ఏమిటో విశదంగా చెప్పాడు. అరుణ తనకి ఒప్పందమే అంది.

సిస్టరు థెరేశ హత్యని షూట్ చేసిన ఒరిజినల్ ఫోనుని ఇప్పుడు దాచిన స్థలంలోంచి మార్చాలి అన్నారు అశోక్, అపూర్వ. తాము చెప్పిన చోట దాస్తే చాలా భద్రమని సలహా ఇచ్చారు. అంత ముఖ్యమైన పనిలో, అపూర్వ సాయం చేస్తానంది. వాళ్ళు చెప్పిన చోటుకి ఫోనుని మార్చటానికి అరుణ ఒప్పుకుంది.

"ముందుగా జాహ్నవిని రక్షించాలి. తనని రక్షించాకే, ముందుకెళ్లాలి," అన్నాడు అశోక్.

"మేడమ్! భగవంతరావు ముఖ్య స్నేహితుల పేర్లు చెప్పండి,"అంది అపూర్వ లాప్-టాప్ ఓపెన్ చేస్తూ.

ప్రముఖ రాజకీయనాయకులు, మీడియా ఓనర్స్, సినీ ప్రముఖులు, పారిశ్రామికవేత్తలు, క్రికెటర్లు, మతగురువులు, బ్యూరోక్రాట్స్ పేర్లు చెప్పుకుంటూ వచ్చింది అరుణ.

ఒక్కో పేరు వివరాలు గూగుల్లో వెతికింది అపూర్వ.

"భగవంతరావుకి పోలీసుల్లో ఎవరూ నమ్మకస్థులు లేరా?" అంది అపూర్వ.

"హరిశ్చంద్ర అని ఉన్నాడు. భగవంతరావు అన్ని నేరాలు చేసినా జైలుకి పోలేదంటే, హరిశ్చంద్రే కారణం అంటారు. అతను రిటైర్డ్ డిజిపి. చాలా కాలం కిందట రిటైర్ అయ్యాడు. అందుకే చెప్పలేదు," అంది అరుణ.

హరిశ్చంద్రరావు పేరు వెతికి, "ఇతను జూబ్లీహిల్స్ చెక్-పోస్ట్ ఏరియాలో ఉంటాడు," అంది అపూర్వ.

"జాహ్నవిని రిటైర్డ్ డిజిపి బంగళాలో దాచుంటారా?" అరుణ ప్రశ్నించింది.

"ఎందుకు దాచకూడదూ? ఎవరికీ సందేహం రాని స్థలం రిటైర్డ్ డిజిపి బంగళా. పరిశోధన చేసేటప్పుడు, అనవసరంగా ఆలోచించి, కొండని తవ్వి ఎలకని పడతాం. ఎలక వెంటే వెళ్తే కొండ దొరకచ్చు కదా!" అశోక్ నవ్వుతూ అన్నాడు.

"యస్! యు ఆర్ రైట్! జాహ్నవి కోసం భగవంతరావు ఫ్రెండ్స్ లిస్టులో వివిఐపిల ఇళ్లు మాత్రమే వెతికా. జాహ్నవి ఆచూకీ బహుశా అందుకే దొరకలే నాకు," అంది అరుణ.

రాత్రి ఎనిమిది. హరిశ్చంద్ర బంగళాకి ఎదురుగా వీధిలో ఉన్న చెట్టు ఎక్కారు అశోక్, అపూర్వ. బైనాక్యులర్స్ తో చూశారు.

ఫస్ట్ ఫ్లోర్లో ఒక్కర్తే అమ్మాయి ఉంది. అశోక్ జూమ్ చేసి చూశాడు. ఆ అమ్మాయే జాహ్నవి. బక్క పలచగా చింపిరి జుట్టుతో ఉంది. ఒకరు వచ్చి, ప్లేటు జాహ్నవి చేతికందించి వెళ్ళిపోయారు. అశోక్, అపూర్వ బంగళా అంతా పరికించారు. మనుషులు పల్చగా ఉన్నారు. పెద్ద బంగళా. బంగళా చుట్టూ చెట్లు. ఒక సెక్యూరిటీ గార్డు ఉన్నాడు. మొబైల్ ఫోను చూస్తూ తనలో తనే నవ్వుకుంటున్నాడు. ఆడ మనిషి ఉంది. హరిశ్చంద్ర భార్య కామోసు. పెరడుకి వెనకవైపు ప్రహరీ గోడ ఆనుకుని పబ్లిక్ రోడ్డు ఉంది.

"ఇక్కడ్నించి జాహ్నవిని ఎత్తేయటం ఏమంత విషయమే కాదు," అంది అపూర్వ కన్ను గీటుతూ.

"ఏదో ఒక వేషం కట్టి వెళ్ళాలి," అన్నాడు అశోక్ ఆ చెట్టు మీదుగా వేలాడుతున్న ఇంటర్నెట్ కేబుల్ వైర్స్ చూస్తూ.

మధ్యాహ్నం పన్నెండు.

'జాగృతి' టీవీ జనరల్ మానేజరు భాస్కర్ ఆఫీసు రూం. అశోక్, అపూర్వ భాస్కర్ ఎదురుగా కూర్చున్నారు. చర్చలు రెండు గంటలుగా జరుగుతున్నాయి.

వాళ్ళు రాసుకున్న కథని భాస్కర్ కి వినిపించారు.

"ఈ కథ భగవంతరావు అరుణల కథ. సిస్టరు థెరేశాని భగవంతరావు హత్య చేశాడు అని అరుణ మాకు చెప్పిన యథార్థగాధ. వెబ్ సిరీస్ గా రిలీజు చెయ్యండి.

"ఈ కథ కల్పితం' అని disclaimer వెయ్యండి.

"టీవీ ఛానెల్లో కల్పితం అంటాం. సోషల్ మీడియాలో భగవంతరావు కథే అని ప్రచారం చేస్తాం," అంది అపూర్వ.

"సిస్టరు హత్యని భగవంతరావు చేశాడు' అని సాక్ష్యం ఉందా?" భాస్కర్ అడిగాడు.

"ఉంది," అన్నాడు అశోక్.

"చూపించండి."

"హత్య వీడియో నా ఫోన్లో ఉంది. చూడండి," అని అశోక్ వీడియో చూపించాడు.

భాస్కర్ వీడియో చూశాడు. భగవంతరావు పిస్టల్తో సిస్టర్ని కాల్చి చంపాడు.

భాస్కర్ కళ్ళు మెరిసాయి. నోట్ల కోట్ల కట్టలు తళుక్కుమన్నాయి. 'భలే ఛాన్సు. భగవంతరావు ముక్కు పిండి వసూలు చెయ్యొచ్చు," అనుకున్నాడు తనలో తను.

"ఒరిజినల్ వీడియో ఎవరి ఫోన్లో ఉంది? ఆ ఫోను కావాలి," అన్నాడు భాస్కర్.

"ఆ ఫోను ఎవరి దగ్గరుందో, ఎక్కడుందో చెప్పలేం," అంది అపూర్వ నిస్సంకోచంగా.

"ఫోను చేతికిస్తేనే ప్రొజెక్ట్ టేక్-అప్ చేస్తా," అన్నాడు భాస్కర్.

ఇద్దరూ ఒప్పుకోలేదు.

"మా 'దిక్సూచి'లో వేసుకుంటాం," అని లేచారు.

భాస్కర్, "ఎక్కడికి వెళ్తున్నారు? కూర్చోండి!" అంటూ ఇద్దర్నీ ఆపాడు.

కొద్ది క్షణాలు ఆలోచించి, భాస్కర్ అన్నాడు:

"సిస్టరు థెరేశ మృతి సంచలనం రేపింది. వ్యాను ఢీ కొట్టి, ఆమె ప్రమాదంలో చనిపోయిందని భగవంతరావు పోలీసుల చేత రిపోర్టు రాయించాడు. వ్యాను 'జాగృతి' టీవీది అని నిరూపించాలని ప్రయత్నం చేస్తున్నాడు అప్పట్నించీ. ఆ హత్య అతనే చేశాడని మా వాదన. మావి రాజకీయ కక్షలు. ఇప్పుడు సిస్టర్ని భగవంతరావే హత్య చేశాడని అరుణ చెప్పిందంటున్నారు మీరు. ఆమె గురించి విన్నాను. అరుణని కలవాలి."

అపూర్వ అరుణకి కాల్ చేసి రమ్మంది.

అశోక్, అపూర్వల సమక్షంలో అరుణ భాస్కర్ ని కలిసింది.

భాస్కర్ కి సిస్టరు థెరేశ హత్య సంఘటన వివరించింది.

"హత్యని వీడియో తీసిన ఒరిజినల్ ఫోను మీ దగ్గరే ఉందా?" అని అడిగాడు భాస్కర్ అరుణని.

"ఈ ప్రశ్నకు మీకు సమాధానం చెప్పను," అంది అరుణ నిర్మొహమాటంగా.

"ఇలా ఐతే కష్టం," అన్నాడు భాస్కర్.

"వెబ్ సిరీస్ కల్పితం అని disclaimer వేస్తాం కదా! ఇంక మీ టీవీకి వచ్చే కష్టం ఏముంది?" అన్నాడు అశోక్.

"చాలామంది దృష్టిలో భగవంతరావు గొప్ప ప్రజాసేవకుడు. ఎవ్వరికీ తెలియని పచ్చి నిజం ఉంది. మేం నిజం ప్రపంచానికి తెలియజేస్తాం. భగవంతరావు కథ అంటే జనాలు చూస్తారు. మీకు రెవెన్యూ వస్తుంది. మాకు సపోర్టు ఇస్తే సంతోషం. లేకున్నా మేం ఆగేది లేదు," అని అపూర్వ తెగేసి చెప్పింది.

"ఇందులో మీకు లాభం ఏమిటి?" భాస్కర్ అడిగాడు అపూర్వ వైపు చూసి.

"వెబ్ సిరీస్ తియ్యాలని. రచయితలుగా, దర్శకులుగా పేరు తెచ్చుకోవాలని!"

"ఎన్ని ఎపిసోడ్స్ వస్తుంది?" అన్నాడు భాస్కర్.

"ఏడెనిమిది ఎపిసోడ్స్ దాటదు. ప్రతి ఎపిసోడుకి ముందు టీజరు రిలీజు చేస్తాం. ఇదొక వినూత్న ప్రయోగం! టీజరు కంటెంట్ ఈ వెబ్ సిరీసు విజయానికి ఆయువు పట్టు," అన్నాడు అశోక్.

"హత్య వీడియో వాట్సప్ లో నాకు ఫార్వర్డ్ చెయ్యండి. ఛైర్మను పింగళరాజుగారితో మాట్లాడతాను. రెండు ఎపిసోడ్స్ చేద్దాం. రెస్పాన్స్ బట్టి చూద్దాం," అని భాస్కర్ బెట్టు నటించాడు. 'ఈ వెబ్ సిరీస్ నా పాలిటి కల్పవృక్షం' అని మురిసాడు లోలోన.

అశోక్, అపూర్వ రెండు రోజుల తర్వాత ఒప్పంద పత్రం సంతకం చేశారు. పత్రం రిజిస్టరు చేసుకున్నారు.

'మదన్ అనే దర్శకుడి చేతిలో మోసపోయాం. మదన్ మోసం బయటపెట్టడం వెబ్ సిరీసు ముఖ్య లక్ష్యం' అని భాస్కర్‌కి చెప్పవలసిన అవసరం లేదని ఆ విషయం ఇద్దరూ చర్చించలేదు.

అధ్యాయం 6

హరిశ్చంద్ర హత్య కథ

అశోక్, అపూర్వ వెబ్ సీరీసుకి 'క్లైమాక్స్' అని పేరు పెట్టారు.

నిజ జీవితంలో 'సిగ్నేచర్ సాట్' గా పేరున్న భగవంతరావుని 'క్లైమాక్స్' లో 'విస్కీ విహారి'గా మార్చారు. అరుణ పాత్రకి నర్సు మేరి అని పేరు పెట్టారు. సిస్టరు థెరేశాని మేరీకి తల్లిని చేశారు.

మూడు వారాలకి మొదటి టీజరు రిలీజయింది.

టీజరు-1

'విస్కీ విహారి' లీలలు, అతని రాజకీయ అరంగేట్రం, అతను అందమైన మేరి అనే నర్సుని ప్రేమించటం!

టీజరు-1 చివర 'ఈ కథ కల్పితం' అని disclaimer వేశారు.

'క్లైమాక్స్' టీజరు-1 ని సోషల్ మీడియాలో వైరల్ చేసింది 'జాగృతి' టీవి. 'ఇది మంత్రి భగవంతరావు కథ' అని ప్రచారం జరిగేలా పావులు కదిపింది. దీపావళి పటాకుల్లో సూరేకారంలా టీజరు-1 అంటుకుంది.

టీజర్ని భగవంతరావు చూశాడు. తనపై సోషల్ మీడియాలో ప్రచారం చూశాడు.

'పొలిటీషియన్‌కి ప్రచారం ఇంధనం. చంద్రయాన్ పైకెళ్లినట్టు రాజకీయాల్లో దూసుకుపోతా. హీరోయిను అరుణలాగే మహ రంజుగా ఉంది" అని స్వగతంలో అనుకున్నాడు.

'క్లైమాక్స్' తన కథే అన్న ప్రచారాన్ని మీడియాలో ఖండించాడు: "నా పాప్యులారిటీ చూసి ఓర్వలేక 'జాగృతి' టీవీతో కలిసి ప్రతిపక్షం చేస్తున్న తప్పుడు ప్రచారం."

మరో వారానికి టీజరు-2 రిలీజయింది.

టీజరు-2

విస్కీ విహారి నర్సు మేరీని పెళ్లి చేసుకుంటాడు. ఏడాదికి వాళ్ళకి పాప. మేరీకి విహారి అసలు స్వరూపం తెలుస్తుంది. నేరాలు చేస్తుంటాడు. మేరి విహారితో

విడిపోతుంది. కూతుర్ని తీసుకుని వేరే వెళ్లిపోతుంది. మేరి విహారిని జైలుకి పంపించాలని ప్రయత్నిస్తుంది. విహారికి అస్సెంబ్లీ ఉప ఎన్నికలలో సీటు దొరికింది. మేరీ తల్లి ఇండిపెండెంటుగా నిలబడుతుంది. విహారి ఆమెని తప్పుకోమంటాడు. మేరి తల్లి ఒప్పుకోదు. విహారి రివాల్వర్ జేబులో పెట్టుకుని, మేరీ తల్లిని చంపటానికి వెళ్లాడు.

భగవంతరావు టీజరు-2 చూసి గాభరాపడ్డాడు. టీజర్లో చూపించిన ఘట్టం తనకీ అరుణకీ మాత్రమే తెలుసు. రిటైర్డ్ డిజిపి హరిశ్చంద్రకి తెలుసని తనకొక్కడికే తెలుసు.

భగవంతరావు అరుణకి కాల్ చేశాడు. "టీజరు చూశావా? మన ఇద్దరికే తెలిసిన విషయం బయటికి ఎలా పొక్కింది?" అని గద్దించాడు.

"అదే నిన్నడుగుదామనుకుంటున్నా. తాగి ఎవరితో వాగావో!" అని కసిరింది అరుణ.

భగవంతరావు కాల్ కట్ చేశాడు.

తన అంతరంగికులు నెల్సన్, సూరి, సాగర్ ని పిలిచాడు, "సూరీ! 'క్లైమాక్స్' వెబ్ సిరీసు డైరెక్టరు ఎవరో పట్టుకో. నోట్లు కొట్టు. మూడో టీజర్లో ఏముందో రిలీజు అవకముందే తెలియాలి," అసహనంగా అన్నాడు భగవంతరావు.

"అన్నా! డైరెక్టరు, యాక్టర్ల పేర్లు గుప్తంగా ఉంచారు. డైరెక్టరు పేరు ఊహించినవారికి లక్ష రూపాయల బహుమతిట. అదొక క్రేజ్ నడుస్తోంది," అన్నాడు సూరి.

భగవంతరావు ఆందోళన చెందాడు. "ఈ వెబ్ సిరీసు నా కొంప ముంచేలా ఉంది. జాహ్నవిని హరిశ్చంద్ర దగ్గర్నుంచి షిఫ్టు చెయ్యాలి అర్జెంట్ గా" అంటూ హరిశ్చంద్రకి కాల్ చేశాడు.

"హరీ! జాహ్నవి సేఫేనా?" అని అడిగాడు.

"చాలా సేఫ్! ఏం? ఏమయింది?" హరిశ్చంద్ర గాభరాగా అడిగాడు.

'క్లైమాక్స్' టీజరు-2 చూశావా?" అడిగాడు భగవంతరావు.

"లేదు. చూడలే. ఉదయంనుంచి పైపై పని చేయట్లే."

"యమర్జెంట్. జాహ్నవిని అక్కడ్నించి షిఫ్టు చేద్దాం. ఏర్పాట్లు చేస్తున్నా!" అని చెప్పి కాల్ కట్ చేశాడు భగవంతరావు. మళ్ళీ కాల్ చేశాడు, "వీడియో కాల్ చేసి జాహ్నవిని నాకు ఇప్పుడే చూపించు," అన్నాడు.

"వాకింగుకి వచ్చాను. వెళ్ళంగానే కాల్ చేస్తా!" అన్నాడు హరిశ్చంద్ర. హరిశ్చంద్ర వాకింగు వెంటనే ఆపేశాడు. ఫోనులో సిసి కెమెరా యాప్ క్లిక్ చేశాడు. సిసి లైవ్ కెమెరా అందుబాటులోకి రాలేదు. బంగళాకి వెళ్ళాడు ఆదరాబాదరా.

గార్డు, "సార్! వైఫై రిపేరుకు ఇద్దరు వచ్చి వెళ్లారు," అన్నాడు అటెన్షన్లో నిలబడి.

హరిశ్చంద్ర జాహ్నవి గది తలుపు తీసి చూశాడు. జాహ్నవి లేదక్కడ! ఇల్లంతా, తోటంతా వెతికాడు. "పిల్ల ఏదిరా?" అని గార్డు మీద అరిచాడు.

"వైఫై స్టాఫ్ తప్పించి ఎవ్వరూ రాలేద్సార్! ఒక మగ అతనూ, ఆడామె వచ్చి వెళ్లారు,"అన్నాడు గార్డు.

వెళ్ళేటప్పుడు మగ అతను గార్డుని కబుర్లలో పెట్టాడు. మొబైల్ ఫోనులో కామెడీ వీడియో చూపించాడు. గార్డు కొద్ది క్షణాల మొబైల్ ఫోను మత్తులో పడ్డాడు. మగ అతనొక్కడే వచ్చిన రూట్లో వెళ్లాడనీ, ఆడామె పెరటి గోడ దాటి వెనక వైపు నుంచి వెళ్లిందనీ గార్డు గమనించలేదు!

అశోక్, అపూర్వ వైఫై టెక్నీషియన్సులా వచ్చి, వెళ్ళేటప్పుడు అపూర్వ జాహ్నవిని తీసుకుని వెళ్లిపోయింది. హరిశ్చంద్ర వాకింగుకి వెళ్లినప్పుడు పని ముగించారు.

టీజర్-3 రిలీజు చెయ్యకముందే జాహ్నవిని ఎత్తుకొచ్చేయాలన్న వాళ్ళ ప్లాను ఖచ్చితంగా అమలుపరిచారు.

హరిశ్చంద్ర ఇంటర్నెట్ కేబుల్సు చెక్ చేశాడు. ఎవరో తీగలు కత్తిరించారు. తోటలో వాడుకునే నిచ్చెన పెరటి గోడకి వేసి ఉంది. సిసి టీవీ కెమెరా పానెల్ విరిగి ఉంది.

"భగవంతరావ్! జాహ్నవి కనపడట్లే!" అని సమాచారం అందించాడు ఫోన్లో.

భగవంతరావు నిర్ఘాంతపోయాడు.

'జాహ్నవిని హరిశ్చంద్ర బంగళాలో దాచటానికి కారణం ఒక్కటే. ఎవ్వరికీ సందేహం రాదు అని. హరిశ్చంద్ర రిటైరయ్యి పదేళ్లయింది. గుట్టుగా కాలక్షేపం చేస్తున్నాడు. అతను నా దోస్త్ అని లోకం, మీడియా మర్చిపోయాయి. అక్కడ్నించి జాహ్నవిని ఎత్తుకుపోయారంటే, దానర్థం అరుణకి ఎవరో మద్దతు ఇస్తున్నారు. జాహ్నవి నా రక్షణ కవచం. తను ఇప్పుడు నా కస్టడీలో లేదు. అరుణకి నేనంటే భయం పోతుంది. నాపై హత్యా నేరం కేసు వేసి, ఫోను సాక్ష్యాన్ని కోర్టులో ఇస్తుంది. ఆమెని కట్టడి చెయ్యాలి' విశ్లేషించాడు భగవంతరావు.

అరుణ ఫ్లాటుకి రాకెట్ వేగంతో వెళ్ళాడు. ఫ్లాటు లాక్ చేసి ఉంది. అరుణకి కాల్ చేశాడు. *'ఈ ఫోను ప్రస్తుతం నెట్‌వర్క్ పరిధిలో లేదు'* అని వాయిస్ మెసేజు వచ్చింది. స్వేదగ్రంధుల్లోంచి సూదుల్లా పొడుస్తూ చెమట బిందువులు తన్నుకొస్తున్నాయి అతనికి.

టీజరు-2ని మరోసారి పరీక్షగా చూశాడు కథ-దర్శకుడి వివరాలు దొరుకుతాయేమోనని.

'నటీనటవర్గం: 'అందరూ కొత్త ముఖాలు'

సంగీతం: 'కొత్త వాద్యబృందం'

ప్రొడ్యూసర్: "జాగృతి' టీవి'

దర్శకత్వం: 'దర్శకుడి పేరు ఊహించే పోటీలో పాల్గొనండి. పోటీ పత్రాన్ని డౌన్ లోడ్ చేసుకోండి. ప్రథమ బహుమతి లక్ష రూపాయలు' అని ఉంది.

పోటీ పత్రం డౌన్-లోడ్ చేసుకున్న వారి లైవ్ కౌంట్ వస్తోంది. లక్షలు దాటి పోతోంది.

'క్లైమాక్స్' రాజకీయ దుమారం రేపింది. సోషల్ మీడియాలో పుకార్ల పెనుతుఫాను ఉత్పాతంలా విరుచుకుపడింది.

'సిస్టర్ థెరేశ హత్య కేసుని వెబ్ సిరీస్ గా తీశారట!'

'విహారి అంటే మంత్రి భగవంతరావుట!'

'నర్సు మేరి అంటే నర్సు అరుణట!'

"సిస్టరు థెరేశ హత్యని భగవంతరావు చేశాడట'

'రూలింగ్ పార్టీ ఆగడాలకు అదుపు లేకుండా పోతోంది'

'నేరగాళ్ళకి మంత్రి పదవులు పంచి పెడుతోంది రూలింగ్ పార్టీ"

జీఎం భాస్కర్ ఆనందంలో మునిగి తేలుతున్నాడు.

ప్రతి టీజరు తర్వాత రిలీజు అయిన ఎపిసోడ్స్ సూపర్ హిట్!

టీజరు-3 రిలీజయింది.

పిచ్చాడిలా వెయిట్ చేస్తున్న భగవంతరావు టీజర్ని చూశాడు ఆత్రంగా.

టీజర్-3

విహారి మేరీ తల్లిని హత్య చేస్తాడు. మేరి హత్యని రహస్యంగా వీడియో షూట్ చేస్తుంది. ఆ విషయం తెలిసి, విహారి మేరీ కూతుర్ని ఎత్తుకొచ్చేస్తాడు. వీడియో

ఉన్న ఫోను ఇవ్వకపోతే కూతుర్ని చంపేస్తానంటాడు. తనకి, తన కూతురికి ఏమైనా అయితే, ఫోను కోర్టులో అందజేసే ఏర్పాటు చేశాను అని బెదిరిస్తుంది మేరి.

అశోక్, అపూర్వ సోషల్ మీడియాలో ప్రచారం పెంచారు.

'సిస్టర్ థెరేశాని పిస్టల్తో కాల్చి చంపాడట'

'హత్య సంఘటనని అరుణ రహస్యంగా వీడియో తీసిందట'

'హత్యని షూట్ చేసిన ఫోను అరుణ దగ్గర ఉందిట!'

'ఫోను కోర్టులో ఇచ్చి భగవంతరావుని అరెస్టు చేయిస్తుందిట'

'క్రిష్టియన్ నన్ ని ఎంత దారుణంగా హత్య చేశాడు భగవంతరావు!'

'మైనారిటీలకు సేఫ్టీ లేకుండా పోయింది ఈ ప్రభుత్వ పరిపాలనలో'

'ఫోను ఎక్కడ దాచిందో అరుణకి మాత్రమే తెలుసట'

'జాహ్నవిని ఎత్తుకుపోయాడట భగవంతరావు'

'ఫోను కోర్టులో ఇస్తే, సొంత కూతుర్నే చంపేస్తా అన్నాడట'

'అరుణ కోసం గాలిస్తున్నాడట. ఆమె ఆచూకీ దొరకట్లేదట'

'భగవంతరావు 'సాధన గ్రూపు' బినామీట! ఆ గ్రూపుతో లావాదేవీలంటే గోవిందా గోవింద'

ఎపిసోడ్-3 రిలీజయ్యింది ముప్పై నిమిషాల నిడివితో ఆ వారం. కోట్ల మంది చూశారు.

భగవంతరావు రాజీనామా చెయ్యాలి అని ప్రతిపక్షాలు డిమాండు మొదలెట్టాయి. ప్రతిపక్షాలకంటే సొంత పార్టీలో విమర్శలని తట్టుకోవటం కష్టంగా ఉంది.

భగవంతరావుకి పార్టీ హైకమాండునుంచి కబురొచ్చింది. 'పార్టీ పరువు పోతోంది, ఏమిటీ భాగోతం?' అని చీవాట్లు పడ్డాయి. ఒత్తిడి తట్టుకోలేకున్నాడు.

భాస్కర్ అశోక్ తో అన్నాడు: "ప్రచార స్థాయిని పెంచండి. మీ అల్లరి రెట్టించండి. భగవంతరావుతో ఆడుకోండి."

భగవంతరావు ఎంత టెన్షన్ అయితే అంత సొమ్ము దండుకోవచ్చు అని భాస్కర్ ఆలోచన.

అపూర్వ 'జాగృతి' టీవీ స్టూడియోలో యాంకరుగా, అశోక్ లైవ్ లొకేషన్లో రిపోర్టరుగా అవతారమెత్తారు.

అపూర్వ: "అశోక్! ఏమౌతోంది అక్కడ? భగవంతరావు బేగంపేట ఎందుకెళ్ళినట్టు? తనతో విడిపోయి ఉంటున్న భార్య ఫ్లాటుకి ఎందుకు వెళ్ళాడు?" అని ప్రశ్న వేసింది.

భగవంతరావు 'జాగృతి' టీవీ లైవ్ చూస్తున్నాడు.

అశోక్ లైవ్ లొకేషన్ బేగంపేట నుంచి సమాధానం చెప్పాడు: "అపూర్వా! నిన్న మంత్రి భగవంతరావు మనం ఇప్పుడు చూస్తున్న బేగంపేటలోని అరుణగారి ఫ్లాటుకి వచ్చారు. ఆ ఫ్లాటు ఇప్పుడు లాక్ చేసి ఉండటం మనం చూడవచ్చు. ఆమె కూతురు కొద్ది నెలలుగా కనపడట్లేదని ఇరుగు పొరుగు వాళ్ల సమాచారం. 'క్లైమాక్స్' కథ అరుణ కథే అన్నారు వీళ్ళు.

"క్లైమాక్స్ కల్పిత కథ అని స్పష్టం చేశాను.

"భగవంతరావు ఎందుకు ఇక్కడికి వచ్చి వెళ్లాడో మనకి వివరాలు తెలియలేదు."

అపూర్వ: "క్లైమాక్స్' దర్శకుడు ఎవరని ఊహిస్తున్నారు మన అభిమాన ప్రేక్షకులు?"

అశోక్: "అపూర్వా! ప్రముఖ దర్శకులందరి పేర్లూ చెపుతున్నారు. 'బిలియనైర్' ఫేమ్ మదన్ పేరు ఎక్కువమంది సూచించారు. అలాగే బెనర్జీ, రాఘవ అని మనం అంతగా వినని పేర్లూ వినపడుతున్నాయి."

భగవంతరావు న్యూస్ చూడటం ఆపాడు. అతనికి ఏదీ మింగుడు పడటం లేదు. తను బేగంపేట వెళ్ళిన విషయం ప్రసారమయిపోయింది.

భగవంతరావు తనలో తను విశ్లేషించుకున్నాడు: 'ఓ పథకం ప్రకారం జరుగుతోంది. టీజరు రిలీజవుతుంది. 'జాగృతి' టీవీలో లైవ్ ఇంటర్వ్యూల పేరుతో సెటైర్లు వేస్తారు. చివరగా సోషల్ మీడియాలో తప్పుడు ప్రచారం చేస్తారు.

'రాబోయే టీజరు-4 ఊహించటం కష్టమేమీ కాదు. మేరి ఫోనుని కోర్టులో ప్రవేశపెడుతుంది. అదే సమయంలో నిజ జీవితంలో అరుణ నాపై కోర్టులో కేసు వేస్తుంది. ఫోను సాక్ష్యం చూపించి నా హత్యానేరం రుజువు చేస్తుంది. నాకు మంత్రి పదవి పోతుంది. శిక్ష పడుతుంది. జైలు ఊచలు లెక్కపెట్టుకోవడమే పని. సాధన గ్రూపు వ్యాపారాలు ఇరకాటంలో పడతాయి. ఇలా లాభం లేదు. 'క్లైమాక్స్' కథాగమనం మార్చాలి. జాహ్నవిని హరిశ్చంద్ర బంగళాలో దాచిన విషయం నాకూ,

హరిశ్చంద్రకి మాత్రమే తెలుసు. జాహ్నవిని ఎలా ఎత్తుకుపోగలిగారు? హరిశ్చంద్ర అమ్ముడుపోయాడా?'

భగవంతరావు సాగర్ ని పిలిచాడు. "సాగర్, హరిశ్చంద్ర ఇంటికెళ్లు. వెళ్ళి, నాకు కాల్ చెయ్యి. నేను కాల్చేయమంటే, మరో ప్రశ్న వేయకుండా షూట్ చెయ్యి. వెళ్ళు," అన్నాడు.

మరో గంటకి సాగర్ నుంచి కాల్, "సార్! హరిశ్చంద్ర బంగళాకి వచ్చాను. గదిలో ఉన్నాడు. నేనతని గది బయటున్నాను."

"లైన్లో ఉండు. హరిశ్చంద్రకి కాన్ఫరెన్స్ కాల్ చేస్తా. నా సంకేతం కోసం నిశ్శబ్దంగా విను," అని హరిశ్చంద్రకి కాల్ చేశాడు భగవంతరావు.

హరిశ్చంద్ర 'హలో రావ్ చెప్పు' అన్నాడు.

భగవంతరావు కాన్ఫరెన్స్ కాల్ కలిపాడు.

"హరీ! రెండే రెండు ప్రశ్నలు. జాహ్నవి సమాచారం ఎంతకమ్మేశావ్? ఎవరికమ్మావ్? నాకేం తెలీదు అని చెప్పొద్దు. నువ్వు చెప్పకపోతే జాహ్నవి ఆచూకీ ఎవ్వరికీ తెలిసే అవకాశమే లేదు. నిజం చెబితే బతికిపోతావ్. లేకుంటే...? వార్నింగ్ ఇచ్చాడు భగవంతరావు.

"నాకేమీ తెలీదు. ఇది నిజం," అన్నాడు ఉద్వేగంతో హరిశ్చంద్ర.

"మనిద్దరికే తెలిసిన విషయం బయటకి పొక్కిందంటే, ఇద్దరిలో ఒకడమ్ముడుపోయాడు. ఇంకొక్క ఛాన్సిస్తున్నా. నిజం చెప్పు," భగవంతరావుకి ఓపిక నశించిపోతోంది.

"నిజం. నాకేమీ తెలీదు," హరిశ్చంద్ర నుంచి అదే సమాధానం.

భగవంతరావు సాగర్ తో, "సాగర్, షూట్ హిమ్," అనటం, సాగర్ గదిలోకి వెళ్ళి, హరిశ్చంద్రని షూట్ చేసి కుప్పకూల్చటం సెకన్లలో అయిపోయింది. అడ్డొచ్చిన గార్డు ప్రాణాలు గాలిలో కలిసిపోయాయి.

కాస్సేపాగి, భగవంతరావు తన అనుచరులతో హరిశ్చంద్ర బంగళాకి పరామర్శకి బయల్దేరాడు.

మీడియాని హరిశ్చంద్ర బంగళాకి ఆహ్వానించి, వందలాది పార్టీ కార్యకర్తల నడుమ ఆత్మీయ పరామర్శ సమావేశం నిర్వహించాడు: "హరిశ్చంద్ర నా ప్రియ మిత్రుడు. అతడ్ని దారుణంగా హత్య చేశారు. అతని మరణం నన్ను కలచివేసింది. ఇద్దరం గంట కితమే ఫోన్లో మాట్లాడుకున్నాం. 'క్లైమాక్స్' వెబ్ సిరీస్ ప్రచారం చూసి

చాలా బాధపడుతున్నా అన్నాడు. ప్రజాసేవకి అంకితమయిన నా మీద ఎవరో కక్ష కట్టారని అన్నాడు.

“నా కూతురు జాహ్నవి ‘జాగృతి’ టీవీ చేతిలో బందీగా ఉందన్నాడు. ఇంటెలిజెన్సు మూలాల ద్వారా తనకి తెలిసిందని చెప్పాడు. జాహ్నవిని రక్షించే పనిలో ఉన్నానన్నాడు. అలా చేస్తున్నందుకు తనకి ‘జాగృతి’ టీవీ నుంచి బెదిరింపులు వస్తున్నాయన్నాడు. ప్రాణాలు లెక్కచెయ్యనన్నాడు. ఇంతలో ఈ ఘోరం జరిగిపోయింది. నా భార్య అరుణ ప్రాణాలకి కూడా ముప్పు ఉందని చెప్పాడు. అరుణనీ, జాహ్నవినీ రక్షించుకుంటా. విజయం సాధించేంతవరకూ నా ఊపిరి ఆగదు...హరిశ్చంద్ర భార్యకి నా ప్రగాఢ సంతాపం.”

సూరి భగవంతరావుకి ఫోన్లో వీడియో చూపించి, “అన్నా! టీజరు-4 రిలీజయ్యింది,” అన్నాడు.

భగవంతరావు టీజరు-4 చూశాడు. కుతకుత ఉడికిపోయాడు. టీజరు మీడియ వైపు చూపించి, “మీడియా మిత్రులారా! ఇదిగో చూడండి. డ్రామా మొదలైంది. ***‘క్లైమాక్స్’ టీజరు-4*** రిలీజయింది. మీరు గమనించండి తప్పుడు ప్రచారం ఎలా చేస్తున్నారో. ఈ టీజర్లో జగదీశ్చంద్ర అనే రిటైర్డ్ పోలీసు ఆఫీసరు బంగళాలో మేరి కూతురు బందీ అయినట్టు, ఆమెని ఎవరో రక్షించినట్టు చూపించారు.

“నిజానికి, జాహ్నవిని రక్షిద్దామనుకున్న నా ప్రియ మిత్రుడు హరిశ్చంద్రని చంపేశారు.

“హరిశ్చంద్ర హత్యని నేనే చేశానని సోషల్ మీడియాలో కాసేపట్లో తప్పుడు ప్రచారం చేయిస్తుంది ‘జాగృతి’ టీవి.

“మేరీ తల్లి అంటే సిస్టర్ థెరేశ అని ప్రచారం చేశారు. విహారీ అంటే నేనట! మేరీ తల్లిని విహారి హత్య చేసినట్టు చూపించారు. అందరికీ తెలిసినదే సిస్టరు థెరేశా రోడ్డు ప్రమాదంలో చనిపోయారు అని. వ్యాను ఢీ కొట్టింది ఆమెని. వ్యాను ఏ టీవీ వారిదో లోకానికి విదితమే. ఆమెని ఎన్నికల్లో పోటీనుంచి తప్పించాలని చంపేశారు. తమకి అనుకూలమైన అభ్యర్థిని గెలిపించాలని ‘జాగృతి’ టీవీ చేసిన హత్య అది. ప్రత్యక్ష సాక్ష్యులు, ‘జాగృతి’ టీవీ వ్యాను సిస్టర్ని ఢీ కొట్టడం కళ్ళారా చూశామని ధైర్యంగా పోలీసులకి చెప్పబోతే, వాళ్ళని చంపేస్తామని బెదిరించారు. వాళ్ళు నన్ను సంప్రదించారు సపోర్టు కోసం. ‘నేనున్నా కేసు వెయ్యండి’ అని ధైర్యం చెప్పా. అందుకే ఈ పచ్చి అబద్ధాల వెబ్ సిరీసు తీసుకొచ్చి, నా పరువు తీస్తున్నారు. వాళ్ళ ఆటలు కట్టిస్తా,” అని ‘క్లైమాక్స్’ కథనాన్ని తలకిందులు చేశాడు భగవంతరావు.

అనుచరులు, "ప్రజాశక్తి భగవంతరావు జిందాబాద్!" అంటూ నినాదాలు చేశారు.

"మీకేమైనా ప్రశ్నలుంటే అడగొచ్చు,' అని విలేకరుల కేసి చూశాడు భగవంతరావు.

'జాగృతి' విలేకరి లేచి, "మీరూ మీ భార్య అరుణ విడిపోయి ఎన్నాళ్లయింది?" అని అడిగాడు.

భగవంతరావుకి ఒళ్ళు మండిపోయింది 'జాగృతి' విలేకరిని చూడగానే. అతనికి ఆ విలేకరి పరిచయమే. "నీ పేరు సాయి కదూ! సాయీ, నీకూ పెళ్లయింది. నీ పెళ్ళాం ఎక్కడుందిప్పుడు?" అని అడిగాడు.

"ఆమె శంకరపల్లిలో ఉంటుంది," అన్నాడు సాయి.

"మరి నువ్వు?"

"నేను జర్నలిస్టు కాలనీలో అద్దెకుంటున్నా!"

"అంటే మీరిద్దరూ విడిపోయినట్టా? కాదు కదా! అందరూ వినండి. సాయి భార్య టీచరు. రోజూ శంకరంపల్లినుంచి జర్నలిస్టు కాలనీకి షటిల్ చెయ్యలేదు కదా. అందుకే అక్కడ కాపురం పెట్టింది. నా భార్య అరుణ కూడా అంతే. పేదలకి సేవ చేసే నర్సు ఆమె. వందల మంది వస్తారు ఆమె సాయం కోసం. నేను మంత్రిని. నేను వద్దన్నా సెక్యూరిటీ ప్రోటోకోల్స్ ఉంటాయి. ఆమె నాతో ఉంటే అంతమంది రోజూ ఆమెని కలవలేరు. అందరికీ అందుబాటులో ఉంటానంటే, మేమిద్దరం సరే అనుకుని అలా విడిగా ఉంటున్నాము. ఇంత విడమర్చి చెప్పటానికి నాకే సిగ్గుగా ఉంది. తప్పదు. ప్రజాజీవితం అంటేనే ఓపెన్ పేజ్. సాయీ! నీ డౌట్ తీరిందా!?" అని ఆపాడు భగవంతరావు.

అతని అనుచరులు రెచ్చిపోయారు "ప్రజానాయకుడు భగవంతరావు జిందాబాద్...' జాగృతి' టీవీ డౌన్...డౌన్" అని నినాదాలు చేస్తూ.

మీసం దువ్వుకున్నాడు భగవంతరావు.

సోషల్ మీడియాలో రకరకాల కామెంట్స్ వెల్లువయ్యాయి.

'జాగృతి' కి కనీస నైతిక విలువలు లేవు.'

'జాగృతి' టీవీ వ్యాను కింద పడి చచ్చిపోయింది సిస్టర్ థెరేశ. ఆ నేరాన్ని బయటపెట్టాలని భగవంతరావు నడుం కడితే, ఈ వెబ్ సిరీస్ ని తీసుకొచ్చిందట!

'అందుకే దర్శకుడి పేరుని ప్రకటించలే. "జాగృతి' టీవీ గుంట నక్క!'

'భగవంతరావు ఒక మంచి మిత్రుణ్ణి పోగొట్టుకున్నాడు. పాపం!'

'భగవంతరావు హరిశ్చంద్రని హత్య చేశాడట. 'జాగృతి' ఛానెల్ తో హరిశ్చంద్ర చేతులు కలిపాడని అనుమానం వచ్చిందట.'

'క్లైమాక్స్' తో సంబంధం ఉన్న అందరూ భగవంతరావు చేతిలో చావటం ఖాయం!'

'జాగృతి' టీవీ యాంకరు, "క్లైమాక్స్' దర్శకుడు ఎవరు' అని ప్రశ్నించింది కొద్దిసేపటి కితం. రిపోర్టరు జవాబు చెప్పాడు. మదన్ టీవీలో చూశాడు ఆ సంభాషణ. రిపోర్టరు మదన్, బెనర్జీ, రాఘువల పేర్లు ప్రస్తావించాడు. మదన్ షాక్ అయ్యాడు.

మదన్ కి ఆ యాంకరు, రిపోర్టర్ల ఫోటోలు చూసినట్టు గుర్తు. గుర్తుకొచ్చింది! బెనర్జీ తన ఫోనులో చూపించాడు ఒకసారి. బెనర్జీని తన ఆఫీసు గదికి అర్జెంటుగా రమ్మన్నాడు. "ఈ యాంకరు, రిపోర్టర్లేనా నీకు 'బిలియనైర్' కథ చెప్పింది?" అని ప్రశ్నించాడు.

బెనర్జీ టీవీ కేసి చూశాడు. "వీళ్ళే సార్!" అన్నాడు కంగారుగా.

"క్లైమాక్స్' మంత్రి భగవంతరావు జీవిత కథ అని పుకారు నడుస్తోంది. 'క్లైమాక్స్' రిలీజ్ అయ్యాక రిటైర్డ్ డిజిపి హరిశ్చంద్ర దారుణంగా హత్య చేయబడ్డాడు. హత్యని భగవంతరావే చేయించాడని పుకారు.

'క్లైమాక్స్' వెబ్ సిరీస్ వల్ల 'జాగృతి' టీవీకీ భగవంతరావుకీ మధ్య అగ్గి రాజుకుంటోంది. భగవంతరావు పదవి పోయేలా ఉంది. తన పదవికి అడ్డు పడ్డ వాళ్లని లేపేస్తాడు భగవంతరావు. ఈ టైంలో 'క్లైమాక్స్' కి దర్శకులంటూ నా పేరు, నీ పేరు, రాఘువ పేరు ప్రస్తావించారు. నువ్వూ, రాఘువ సిటీలోంచి పారిపోండి. ఫోన్లు స్విచ్ ఆఫ్ చెయ్యండి. ఒక్క చోటే ఎక్కువ రోజులు దాక్కోవద్దు.

"రేపు 'బిలియనైర్' సినిమా సక్సెస్ పార్టీ ఇస్తున్నా. పార్టీ తర్వాత నేను కూడా సిటీనుంచి జంప్ చేస్తా" అన్నాడు మదన్.

బెనర్జీకి గందరగోళంగా అనిపించింది. మొహం ఆముదం తాగినట్టు పెట్టాడు. మదన్ అరిచాడు, "అశోక్, అపూర్వల దగ్గర్నుంచి 'బిలియనైర్' కథ కొట్టేశాం. ఇద్దరూ కక్ష కట్టారు మన మీద. వీళ్ళు 'జాగృతి' టీవీకి పనిచేస్తారు అని మీకు తెలీదు. మీ కంటే గాడిదలు మేలు.

"వివాదాస్పదమైన 'క్లైమాక్స్' వెబ్ సిరీసులోకి ఉద్దేశ్యపూర్వకంగా మన పేర్లు లాగుతున్నారు వీళ్ళు. 'క్లైమాక్స్' తో ముడి పెడితే, భగవంతరావు కన్ను మన మీద పడుతుంది. మనల్ని ఎత్తుకుపోయి చిత్రహింసలు పెడతాడు. అదే వీళ్ళిద్దరికీ కావాలి. మనం భగవంతరావుకి దొరక్కూడదు. జాగృతి టీవీ 'క్లైమాక్స్' దర్శకుడి పేరు అనౌన్స్ చేశాక మళ్ళీ సిటిలోకి అడుగు పెడదాం. అర్థమైందా?"

తల సగమే ఊపాడు బెనర్జీ.

"ఇంకా ఏమిటి నీ సందేహం?" చిరాకు పడ్డాడు మదన్.

"బిలియనైర్' కథ మనం కొట్టేశామని గొడవ కూడా లేపుతారమో?" అన్నాడు బెనర్జీ.

"ఆ గొడవ లేపితే వచ్చిన ఇబ్బందేం లేదు. అశోక్, అపూర్వ సంతకాలు పెట్టిన నకిలీ ఒప్పంద పత్రం మన దగ్గర ఉంది కదా! అంతవరకూ వస్తే, అది రాఘువ చేత కోర్టులో వేయిస్తాం! 'మదన్ ప్రొడక్షన్స్ ని బ్లాక్ మెయిల్ చేద్దామని నేను, అశోక్, అపూర్వ నకిలీ ఒప్పంద పత్రం తయారు చేశామని' రాఘువ కోర్టులో అబద్ధం చెబుతాడు. అశోక్, అపూర్వలతో పాటు వాడూ జైలుకి వెళ్తాడు. ఆ గొడవ వేరు. ఆ విషయంలో మనకి టెన్షన్ లేదు. ఇప్పుడు గొడవ 'క్లైమాక్స్' సిరీస్ తో వచ్చి పడింది. కొద్ది వారాలు, భగవంతరావు చేతుల్లో పడకుండా తప్పించుకుంటే చాలు. అర్థమైందా?" జుట్టు పీక్కుంటూ చెప్పాడు మదన్.

బెనర్జీ పూర్తిగా తలూపి, అక్కడ్నించి ఆదరాబాదరా నిష్క్రమించాడు. రాఘువకి మెసేజ్ పెట్టి, తన ఫోను స్విచ్ ఆఫ్ చేశాడు.

అధ్యాయం 7

మదన్ కిడ్నాప్ కథ

భగవంతరావు తరపు లాయరు మాధవరావు క్రిమినల్ కేసు వేశాడు. 'జాగృతి' టీవీ మేనేజ్‌మెంట్ హరిశ్చంద్రని హత్య చేసిందంటూ సెక్షన్ 302 ఐపిసి కింద కోర్టులో కేసు వేశాడు. పోలీసులు 'జాగృతి' టీవీ ఆఫీసులోకి సర్చ్ వారంట్ తో వెళ్లారు.

పోలీసులతో కలిసిపోయి భగవంతరావు అనుచరులు 'జాగృతి' ఆఫీసులోకి జొరబడి ఫర్నిచరు, ఫైలు కేబినెట్లు, బీరువాలు ధ్వంసం చేశారు. ఫోను కోసం వెతికారు. దొరకలేదు. 'క్లైమాక్స్' కి సంబంధించిన పత్రాల కోసం వెతికారు. ఏమీ దొరకలేదు.

ఛైర్మను పింగళరాజు భాస్కర్ని ఆజ్ఞాపించాడు. "ఇక్కడ్నించీ 'క్లైమాక్స్' ఎపిసోడ్స్ మరింత పదునుగా ఉండాలి. భగవంతరావుని ఎండగట్టండి. కొంచెం కూడా తగ్గొద్దు. అశోక్, అపూర్వలని నన్ను కలవమను," అన్నారాయన.

భాస్కర్‌కు భగవంతరావుని సతాయించడమే కావాలి. అయితే సొమ్ము చేసుకోవటానికి అతని దగ్గర పూర్తి సమాచారం లేదు. అరుణ, జాహ్నవిల ఆచూకీ అశోక్, అపూర్వ చెప్పటం లేదు. హత్యని షూట్ చేసిన ఒరిజినల్ ఫోను ఎక్కడుందో తెలియట్లే. భాస్కర్ కి సహనం పోతోంది.

అశోక్, అపూర్వలతో 'ఛైర్మనుగారు టెన్షన్ పడుతున్నారు' అన్నాడు భాస్కర్.

"భాస్కర్! 'జాగృతి' టీవీ రేటింగ్సు దూసుకుపోతున్నాయి. మీరు చూసాకే, 'క్లైమాక్స్' ఎపిసోడ్స్ రిలీజ్ అవుతున్నాయి. ఇంక టెన్షన్ ఏమిటి?" అపూర్వ నిలదీసింది.

"సిస్టరు థెరేశ హత్యని షూట్ చేసిన ఒరిజినల్ ఫోను కావాలి అంటున్నారాయన," అన్నాడు భాస్కర్.

ఫోను ఎక్కడుందో చెప్పడం కుదరదని అశోక్ నిక్కచ్చిగా చెప్పాడు.

"అరుణ ఎక్కడుందిప్పుడు?" భాస్కర్ ప్రశ్నించాడు.

"అరుణ, జాహ్నవి సేఫ్ గా ఉన్నారు. వాళ్ళ ఆచూకీ బయట పెట్టలేం," అని అశోక్ కుండ బద్దలు కొట్టినట్టు చెప్పాడు.

"అయితే 'క్లైమాక్స్' ప్రాజెక్ట్ ఆగిపోతుంది," అని తెగేసి చెప్పాడు భాస్కర్.

ఇద్దరూ లేచారు వెళ్లిపోవటానికి.

భాస్కర్ బిత్తరపోయాడు. "ఆగండి, ఎక్కడికెళ్తున్నారు?" అన్నాడు.

"చైర్మనుగారిని కలిసి మేం ప్రాజెక్టులోంచి విడిపోతున్నాం అని చెప్తాం," అంది అపూర్వ.

"ఇప్పుడాయన్ని కలిసి కన్ఫ్యూజ్ చేయొద్దు. చాలా కోపంగా ఉన్నారు. ఈ వెబ్ సిరీసు దర్శకులు మీరిద్దరే అని కన్ఫర్మ్ చేశాను ఆయనకి. అందులో ఇంకేం తిరకాసు లేదు కదా!" అన్నాడు భాస్కర్.

"చివరికి తెలిసేది మేము అనే," అన్నాడు అశోక్.

భాస్కర్ అయిష్టంగా షేక్-హాండ్ ఇచ్చి, "పెద్దాయనతో మీరు పడలేరు. నేను చూసుకుంటా. వెబ్ సిరీసు మీద ఫోకస్ పెట్టండి. తర్వాతి ఎపిసోడ్ తో ముగింపు కదా? అరుణ దగ్గర...అదే మేరి దగ్గరున్న ఫోను కోర్టులో చూపించి విహారికి శిక్ష వేయిస్తారు...అంతే కదా?" అడిగాడు భాస్కర్.

తల అడ్డంగా తిప్పింది అపూర్వ. "అసలు కథ ఇప్పుడే మొదలు. టెన్షన్ గా ఉంటే చెప్పండి. మా 'దిక్సూచి' లో కంటిన్యూ చేస్తాం," అంది.

'మాట వరసకి అడిగా. అంతే. యూ గో ఎహెడ్," అన్నాడు.

అపూర్వ, అశోక్ తన గదిలోంచి వెళ్ళాక, అకౌంట్స్ మానేజర్ని పిలిచాడు భాస్కర్. "బ్యాంకు మేనేజరు కాల్ చేసి 'జాగృతి' టీవీ ఖాతా ఓవర్ డ్రా అయింది అని నసపెడతాడు. నాతో చెప్పకుండా మీరు ఏ నిర్ణయం తీసుకోవద్దు," అన్నాడు.

అకౌంట్స్ మేనేజరు తలూపాడు ఇబ్బందిగా గుటకలు మింగుతూ.

సమయం ఉదయం తొమ్మిది.

భగవంతరావు తన బంగళాలో ఆఫీసు రూములో తీవ్రంగా ఆలోచిస్తున్నాడు కళ్ళు మూసుకుని.

నెల్సన్, సాగర్, సూరి నిశ్శబ్దంగా నించునున్నారు.

"సార్! సాధన గ్రూపు వ్యాపారం వెనక్కి వెళ్తోంది. జ్యూవెలర్స్ షాపుల్లో కస్టమర్లు తగ్గారు," అన్నాడు సూరి.

"సాధన చిట్స్ లో ఈ వారం వేలం నష్టాలకి పాడుకున్నారు వచ్చిన కాడకి సొమ్ము చేసుకొందామని," అన్నాడు నెల్సన్.

పరువు పోతోందని దిగులు లేదు భగవంతరావుకి. ఎప్పుడో పోయింది. అది పోతేనే రాజకీయాల్లో జన్మించినట్టు. పరువు కంటే ముఖ్యం డబ్బు. డబ్బు కంటే విలువైనది అధికారం.

అధికారం పోయిన రాజకీయనాయకుడు అంట్లు తోముకుందుక్కూడా పనికిరాడు. అధికారం అంటే కాలక్షేపానికి ఆడుకునే దొంగా-పోలీసు ఆటలో జస్టు పోలీసోడి పోస్టు కాదు.

రాళ్ళల్లో నీలంలా అసలైన అధికారం మంత్రి పదవిలో మాత్రమే ఉంది.

సింహానికి జూలే దర్జా. ప్రజానాయకుడికి మంత్రి పదవే జూలు.

మంత్రి పదవిని కాపాడుకోవటానికి సకల ప్రయత్నాలు చేస్తున్నాడు భగవంతరావు.

టీజరు-4 రిలీజవకముందే, టీజర్లో కథని ఊహించాడు. విరుగుడుగా హరిశ్చంద్రని హత్య చేశాడు. హరిశ్చంద్ర హత్యా నేరంలో 'జాగృతి' టీవీ పై క్రిమినల్ కేసు వేసి, బంతిని ప్రత్యర్థి వైపు వేశాడు. 'జాగృతి' టీవీపై అనుచరులతో దాడులు చేయించాడు. సోషల్ మీడియాలో సెటైర్లు పెంచాడు.

అయినా అతనికి ఆందోళన తగ్గలేదు.

మాంత్రికుడి ప్రాణం చిలక గూట్లో ఉన్నట్టు బలమైన రుజువు అరుణ దగ్గర ఉంది.

అరుణ ఎక్కడుంది? జాహ్నవి ఎక్కడుంది? అరుణ ఫోనుని ఎక్కడ దాచింది? భగవంతరావు అనుచరులు ఊరూ వాడా అణువణువు గాలిస్తున్నారు.

రాబోయే టీజరు-5ని భగవంతరావు ఊహించాడు. మేరి ఫోనుని బయట పెడుతుంది. విహారిని అరెస్టు చేయిస్తుంది.

టీజరు-5 రిలీజు తర్వాత రాజీనామా చేయమని తన మీద వత్తిడి పెరుగుతుంది. సొంత పార్టీలోని వ్యతిరేకవర్గం హై కమాండుకి లేని పోని వార్తలందించి, తనని ఉక్కిరిబిక్కిరి చేస్తున్నారు.

సూరి, "అన్నా! **టీజరు-5** రిలీజయ్యింది," అన్నాడు ఫోను ఓపెన్ చేసి భగవంతరావుకి ఇస్తూ.

టీజరు-5

మగ గొంతు వినపడింది.

"వెల్ కమ్ 'క్లైమాక్స్' టీజరు ఐదుకి. ఈ టీజర్లో రాబోయే ఎపిసోడ్ కథ చూపించటానికి బదులుగా, 'క్లైమాక్స్' కథకుడు-దర్శకుడి పేరు ప్రకటిస్తున్నాం."

ఆడ గొంతు కంటిన్యూ చేసింది.

"ఎపిసోడు-5 లైవ్ లో ప్రసారం చేయబోతున్నాం. ఓటిటి నమూనాలో, లైవ్ లో ఎపిసోడ్ ని షూట్ చేస్తూ ప్రత్యక్ష ప్రసారం చెయ్యటం ప్రపంచంలోనే ప్రధమం. వచ్చే గురువారం మేరి ఫోనుని దాచిన లొకేషన్లో ఎపిసోడ్-5 ని షూట్ చేస్తాం.

"టీజర-5 చివర్లో, QR కోడ్ వస్తుంది. స్కాన్ చేస్తే, 'క్లైమాక్స్' కథ-దర్శకుడి పేరు కనిపిస్తుంది. త్వరలో లైవ్ షూటింగ్లో కలుద్దాం!"

భగవంతరావు గుండె అతనితో ప్రమేయం లేకుండా దడదడ కొట్టుకుంటోంది. మేరి ఫోను దాచిన లొకేషన్లో లైవ్ షూటింగ్ జరగబోతోంది!

అరుణ ఫోను ఎక్కడ దాచిందో ఆ లొకేషనా?

టీజరు చివర QR కోడ్ కనపడింది. స్కాన్ చేశాడు.

కథ-దర్శకత్వం- బిలియనైర్ సినిమా ఫేమ్ మదన్!

"ఎవరీ మదన్?" భగవంతరావు ఆవేశంగా అడిగాడు.

"బిలియనైర్' అని లేటెస్ట్ సినిమా సూపర్ హిట్ దర్శకుడు" అన్నాడు సూరి.

"ఎక్కడుంటాడు మదన్?" అడిగాడు భగవంతరావు.

"మదన్ ఈ రోజు 'బిలియనైర్' సినిమా సక్సెస్ మీట్ పార్టీ ఇస్తున్నాడు. టీవీలో లైవ్ వస్తోంది," అంటూ నెల్సన్ టీవీ ఆన్ చేశాడు.

"ఇతనే మదన్ అంటే!" అంటూ సినిమా జనాలతో కోలాహలంగా ఉన్న ఆవరణలో ఒకతన్ని నెల్సన్ చూపించాడు.

మదన్ కి పూలమాలలు వేస్తున్నారు.

'బిలియనైర్' సినిమా బృందం, మదన్ మైనం విగ్రహాన్ని మదన్ బంగళా ఆవరణలో ఆవిష్కృతం చేసింది. మదన్ మైనం విగ్రహం మెరిసిపోతోంది. మొత్తం టీం చప్పట్లు చరిచారు. మదన్ అందరికీ వందనం చేశాడు.

మదన్ అప్పటిదాకా గుంపులో గోవిందా రకం దర్శకుడు. అసాధారణ విజయం కోసం పరితపిస్తున్న సాధారణ ప్రతిభ అతను. ఊళ్ళో పొలాలూ ఆస్తులూ అమ్ముకున్నాడు. పలుకుబడి కోసం బంజారా హిల్స్ లో బంగళా కొన్నాడు.

ప్రచారమే అస్త్రంగా చేసుకున్నాడు. గొంగళి మారి సీతాకోకచిలుక అయినట్టు సినిమా పెద్దల్లో పెద్దగా కలిసిపోయిన శతకోటిమందిలో అతనొకడు.

"భారతదేశ సినీ చరిత్రలో సినిమా దర్శకుడికి మొదటిసారి నిలువెత్తు మైనం విగ్రహం" అని ఓ టీవీ ప్రచారం చేస్తోంది.

'బిలియనైర్' సినిమా కలెక్షన్లు ఐదు వందల కోట్లు దాటిపోయాయి అని ఓ టీవి ప్రకటించింది.

మదన్ ఇస్తున్న పార్టీ యూ ట్యూబులో ప్రత్యక్ష ప్రసారం అవుతోంది.

ప్రేక్షకుల లైవ్ కామెంట్స్ స్క్రోల్ అవుతున్నాయి.

మదన్ గ్రేట్!'

'వీడేంటి సడెన్ గా ఇంత సూపర్ కథ రాశాడు!'

'గ్రేట్. మైనం విగ్రహం పొందిన మొదటి సినీ దర్శకుడు!'

'ప్రపంచం ప్రచారంతో నడుస్తుంది. మదన్ సొంత డబ్బుతో చేయించుకున్నాడట విగ్రహం!'

'విగ్రహం ఫిల్మ్ ఛాంబర్లో ఉంచితే బావుండేది. అతని ఇంటి ముందు అతని విగ్రహం. హైట్ ఆఫ్ వానిటీ'...

"మదన్ చూసుకున్నాడో లేదో? వీడే 'క్లైమాక్స్' కి దర్శకుడు అని ఇప్పుడే 'జాగృతి' టీవి ప్రకటన చేసింది. మదన్ గ్రేట్!"

"క్లైమాక్స్' కి దర్శకుడా? వీడికి మూడింది. వీడు భగవంతరావు చేతుల్లో ఫినిష్!

ఒక ప్రేక్షకుడు బిగ్గరగా నవ్వుతున్న ఎమోజీ పోస్టు చేశాడు.

"వీడ్ని ఒకటి రెండు ఫంక్షన్లో కలిసిన గుర్తుంది. వీడ్ని ఎత్తుకు రండి. నాలుగు పీకితే మనం ఏం చెప్పమంటే అది మీడియాకి చెప్తాడు," భగవంతరావు కర్కశంగా అన్నాడు.

సక్సెస్ మీట్ పార్టీలో ఉన్న మదన్ టీజరు-5 చూశాడు. QR కోడ్ స్కాన్ చేశాడు. తన పేరే 'క్లైమాక్స్' దర్శకుడు అని వచ్చింది. దిగ్భ్రాంతి చెందాడు. వణుకు పుట్టింది. పార్టీ ముగింపు వేగిరం చేశాడు. అతనికి ముళ్లమీద ఉన్నట్టుంది. అతిథులందర్నీ త్వరగా పంపించాడు. ఫంక్షన్ అయ్యిందనిపించాడు.

మదన్ తీవ్రమైన ఒత్తిడితో కారులో నిరీక్షిస్తున్నాడు. అతని భార్య బంగళాలోంచి పోర్టికోలోకి వేగంగా వస్తోంది కారు ఎక్కటానికి.

ఇంతలో నెల్సన్, సూరి, సాగర్ వచ్చి మదన్ ని కిడ్నాప్ చేశారు.

మదన్ భార్య సుమలత గుండెలు బాదుకుంటూ వెళ్ళి, తన భర్తని ఎవరో ఎత్తుకుపోయారని పోలీసుస్టేషన్లో కంప్లయింటు లాడ్జ్ చేసింది.

━━━◆◆◆◆━━━

మదన్ మీడియా సమావేశం కథ

లంకంత భగవంతరావు ఆఫీస్-కం-రెసిడెన్స్ బంగళాలో సన్నని వెలుతురు పరుచుకున్న ఏసీ గది. మదన్ ని సింగిల్ సీటర్ సోఫాలో కూర్చోపెట్టారు. అతని చేతులు కట్టేశారు. ఏమైందో, ఎక్కడ ఉన్నాడో, చుట్టూ ఉన్నవాళ్లు ఎవరో తెలీక, వాళ్ళ మొహాలు గుర్తుపట్టడానికి తగినంత వెలుతురు లేక, గుడ్లు మిటకరించి చూస్తున్నాడు మదన్. తను కిడ్నాప్ అయ్యానని బోధపడింది.

"లైవ్ లొకేషన్ షూటింగ్ ఎక్కడ? ఫోను మేరీ ఎక్కడ దాచింది?" సూరి గొంతు హెచ్చించి అడిగాడు.

"మేరి ఎవరు? ఫోను దాచడమేమిటి? ఏ షూటింగ్?" ప్రశ్నిస్తుంటే మదన్ గొంతు వణికింది.

భగవంతరావుకి పూనకం వచ్చింది.

ఓ పక్క మంత్రి పదవి ఊడేలా ఉంది. ఎద్దు పుండుని పొడుస్తున్న కాకుల్లా సొంత పార్టీలోనే వ్యతిరేకవర్గం. మరోపక్క మీడియా వెటకారాలు. విలేకరుల వింత ప్రశ్నలు మరోపక్క. సొట్ట వార్తని సంచలనం చేసే సోషల్ మీడియా ఓ వైపు. సాధన గ్రూపు వ్యాపారాలు కుంటుపడుతున్నాయి. ఈ రచ్చ 'క్లైమాక్స్' వల్లే జరిగింది తన జీవితంలో. ఇప్పుడు ఆ వెబ్ సిరీస్ దర్శకుడే *మేరీ ఎవరు? ఫోను దాచటం ఏమిటి?* అని గోరుముద్దలు తినే పిల్లాడిలా అమాయకంగా ప్రశ్నలు వేస్తున్నాడు భగవంతరావుని అతని ఆఫీసులోనే!

ఒక్క పళాన వెళ్ళి మదన్ ఛాతీ మీద కాలితో ఓ తాపు తన్నాడు. దిమ్మతిరిగిపోయింది మదన్ కి. భగవంతరావు మదన్ చెంపని ఛెళ్ళుమనిపించాడు. చెంప చెళ్లుమనిపించి, అర్థ వలయాకార దిశలో విసురుగా వెనక్కి వస్తున్న బలమైన అతని అరచేయి, తన యథాస్థానానికి తిరిగి వస్తూ, వేగం సమర్థవంతంగా పుంజుకుని, మదన్ రెండో చెంపని చెళ్లుమనిపించి, తన స్థానానికి వచ్చి చేరింది.

మదన్ చెంపల్లో రక్తం అగ్గిలా కాగినట్టయి మొహం ఎర్రబారిపోయింది. కళ్ళలో నీళ్ళు గిర్రున తిరిగాయి.

"దయచేసి కొట్టకండి. మీ ప్రశ్నలు అర్థం కాలే," అర్థించాడు మదన్.

"'క్లైమాక్స్' ఎపిసోడ్-5 లైవ్ షూటింగ్ ఎక్కడ?" సూరి సూటిగా అడిగాడు.

"'క్లైమాక్స్' తో నాకు సంబంధం లేదు."

సూరి ఫోను తెరిచి చూపించాడు. కథ-దర్శకత్వం –'బిలియనైర్ ఫేమ్ మదన్' అని ఉంది.

"ఈ మదన్ నేను కాదు. 'జాగృతి' టీవీని కాంటాక్టు చేస్తే క్లారిఫై చేస్తారు," అన్నాడు మదన్.

"ఎందుకు వాళ్ళనడగటం? 'బిలియనైర్' ఫేమ్ అంటే ఇంకెవరు?" భగవంతరావు గర్జించాడు.

"ప్రెస్ మీట్ పెట్టండి. 'క్లైమాక్స్' దర్శకుడు నేను కాదని ప్రత్యక్ష ప్రసారంలో ఖండిస్తా," మదన్ బాధగా మూలుగుతూ చెప్పాడు.

భగవంతరావు, సూరి, సాగర్, నెల్సన్ ఆశ్చర్యంగా చూశారు మదన్ వైపు.

"'క్లైమాక్స్' దర్శకుడివి కాదని నువ్వే మీడియాకి లైవ్లో చెప్తావా?" అడిగాడు భగవంతరావు.

"అలా చెప్పటానికి నాకు జంకెందుకు?" అన్నాడు మదన్.

"నిజంగా నువ్వు దర్శకుడివి కాదా?" మరోసారి అడిగాడు సూరి.

"కాదు. కాదు. కాదు!" అన్నాడు మదన్.

బంగళా ముందు అలజడి అయింది. భగవంతరావు కిటికీ దగ్గరికి వెళ్ళి చూశాడు.

అశోక్ బంగళా బయట వీధి మధ్యలో ట్రైరాయించాడు లైవ్లో వార్తలు రిపోర్టు చేస్తూ.

సాగర్ 'జాగృతి' టీవీ ఛానెల్ ఆన్ చేశాడు.

స్టూడియో నుంచి అపూర్వ: "అశోక్! మదన్ కిడ్నాప్ అయ్యాడని అతని భార్య కంప్లయింటు చేశారు. ఆ విషయమై అక్కడ ఏం జరుగుతోంది?"

అశోక్: "అపూర్వా! మదన్ కిడ్నాప్ భగవంతరావే చేయించాడంటున్నారు. మదన్ని కిడ్నాప్ చేస్తే, 'క్లైమాక్స్' షూటింగ్ ఆగిపోతుంది. కనుక, భగవంతరావే ఈ కిడ్నాప్ చేయించాడని వీళ్ళ విశ్వాసం."

లైవ్ ప్రసారం చూసిన భగవంతరావుకి అరికాలి మంట నెత్తికెక్కింది.

అదే సమయానికి సూరికి వాట్సప్ మెసేజు వచ్చింది. మెసేజు భగవంతరావుకి చూపించాడు. భగవంతరావు దీక్షగా చదివాడు.

"క్లైమాక్స్' దర్శకుడు మదన్ కాదు. అసలు పేర్లు అపూర్వ, అశోక్! వాళ్ళ ఫోటోలు పంపించా. అరుణ, జాహ్నవిల లోకేషను వాట్సప్ లో షేర్ చేస్తా!" అని మెసేజ్ అది.

అశోక్, అపూర్వల ఫోటోలు వాట్సప్ లో చేరాయి సూరికి.

సూరికి మరొక వాట్సప్ మెసేజు వచ్చింది. ***"అశోక్, అపూర్వ 'క్లైమాక్స్' వెబ్ సిరీసు దర్శకులు. 'జాగృతి' టీవీతో వాళ్ళు చేసుకున్న రిజిస్టర్డు ఒప్పంద పత్రం ఒరిజినల్ ని నెల్సన్ కి అందచేసా!"***

భగవంతరావు సూరి కేసి చూశాడు.

"బేరం ఇప్పుడే కుదిరింది అన్నా! ఒప్పించటానికి చాలా కష్టమయింది మన వాళ్ళకి," అన్నాడు సూరి.

నెల్సన్ లోపలికి వచ్చాడు. వస్తూనే రిజిస్టర్డు ఒప్పంద పత్రం సూరి చేతికిచ్చాడు.

సూరి పత్రం చదివాడు.

'క్లైమాక్స్' కి అశోక్, అపూర్వ 'కథ-దర్శకత్వం' అని ఆ పత్రంలో ఉంది.

సూరికి చురుకైన ఆలోచన వచ్చింది.

మదన్ వైపు వేలు చూపించి, సూరి భగవంతరావుతో అన్నాడు, "అన్నా! "వీడు నిజం చెప్తున్నాడు. 'క్లైమాక్స్' దర్శకుడు వీడు కాదు. కానీ వీడే దర్శకుడు అని 'జాగృతి' టీవీ ఇప్పటికే ప్రకటన చేసింది. అందువల్ల, వీడి చేత 'జాగృతి' టీవీపై పరువు నష్టం దావా వేయిద్దాం. మన చేతిలో పడిన ఈ ఒప్పంద పత్రాన్ని రుజువుగా కోర్టులో ఇద్దాం. కేసు గెలుస్తాం. 'జాగృతి' టీవీ పరువు గంగలో కలుపుదాం. అంతేకాదు. ఇప్పుడే, ఇక్కడే, మన బంగళాలో అన్ని టీవీ ఛానెల్స్ ని ఆహ్వానించి మీడియా సమావేశం పెడదాం. ప్రత్యక్ష ప్రసారం చేద్దాం. తన అనుమతి లేకుండా 'క్లైమాక్స్' దర్శకుడిగా తన పేరు 'జాగృతి' టీవీ వాడుకుందని స్వయంగా వీడే మీడియాకి చెప్తాడు. తనకి 'క్లైమాక్స్' వెబ్ సిరీస్ తో ఎటువంటి సంబంధం లేదని చెప్తాడు. వీడు మీడియాకి ఏం చెప్పాలో మనం వీడికి చెప్తాం. వీడి పేరు వాడుకుని, 'క్లైమాక్స్' అనే బురదని 'జాగృతి' టీవీ నీకు పులిమింది. ఆ బురదని వీడే మీడియా సమక్షంలో కడుగుతాడు."

"శభాష్ సూరి!" అన్నాడు భగవంతరావు.

భగవంతరావు ఒప్పంద పత్రం చదివాడు. "ఎవరీ అశోక్, అపూర్వ?" అన్నాడు.

మదన్ బిగుసుకుపోయి మౌనంగా వింటున్నాడు.

"జాగృతి' ఛానెల్లో జూనియర్ రిపోర్టర్లు," అన్నాడు నెల్సన్.

సూరి మదన్ తో, "అశోక్, అపూర్వ ఎవరో నీకు తెలుసా?" అని అడిగాడు.

"'జాగృతి' రిపోర్టర్లు అని తెలుసు," అన్నాడు మదన్.

"ఇద్దర్నీ ఎత్తుకురండి," అన్నాడు భగవంతరావు కోపంగా.

"మనవాళ్లు ఆ పని మీదే ఉన్నారు," అన్నాడు సూరి.

భగవంతరావు తీక్షణంగా ఆలోచించాడు. మదన్ కేసి చూశాడు. మదన్ పళ్ళు రాలేలా కొట్టాడు మరోసారి. మదన్ మొహం మీద రక్తం కారుతోంది.

భగవంతరావు మదన్ తో, "రక్తం అలా కారనీ," అని, సూరి వైపు తిరిగి, ఆదేశించాడు, "సూరీ! నీ ఐడియా బావుంది. జాతీయ వార్తా ఛానెల్స్ తో లైవ్ ప్రెస్-మీట్ పెట్టించు అర్జెంట్ గా. వీడు మీడియాకి ఏం చెప్పాలో స్క్రిప్టు రాసివ్వు. లాయరు మాధవరావుతో మాట్లాడు. 'జాగృతి' టీవీ మీద వంద కోట్లకి పరువు నష్టం దావా వేయించు."

సూరి నెల్సన్ కేసి చూసి, "అశోక్ మన బంగళా బయటే ఉన్నాడు. వాడ్ని లేపేయ్" అన్నాడు తన ఫోనులో ఉన్న అశోక్ ఫోటో చూపిస్తూ.

స్టూడియోలో ఉన్న అపూర్వకి భగవంతరావు బంగళాలో కొద్ది సేపట్లో లైవ్ ప్రెస్-మీట్ అని సమాచారం తెలిసింది. ఉన్నపళంగా భగవంతరావు మీడియాతో భేటీ ఎందుకు పెడుతున్నాడు? మదన్ ని తను కిడ్నాప్ చెయ్యలేదని వివరణ ఇవ్వటానికా? లేక మదన్ తో 'జాగృతి' టీవీ మీద దాడి చేయిస్తాడా? ఆమెకు ఏమీ పాలుపోలేదు.

అశోక్ ని అలర్ట్ చేసింది. 'భగవంతరావు బంగళా ముందు నీ లైవ్ టెలికాస్ట్ ఆపి, అక్కడ్నించి తప్పుకో' అని.

అశోక్ లైవ్ రిపోర్టింగ్ ఆపు చేసి జారుకున్నాడు. అశోక్ ని హత్య చేద్దామని వచ్చిన నెల్సన్ అశోక్ కోసం వెతుకుతున్నాడు.

అధ్యాయం 9

భాస్కర్ వెన్నుపోటు కథ

సాయంత్రం నాలుగు. భాస్కర్ తన ఆఫీస్ రూంలోకి దురుసుగా వచ్చాడు. అతను రమ్మనటంతో అప్పటికే వచ్చి అపూర్వ, అశోక్ అతని రూంలో వెయిట్ చేస్తున్నారు.

భాస్కర్ ఆగ్రహంగా గది పైకప్పు టాపు లేచేలా అరిచాడు.

"క్లైమాక్స్' కి దర్శకుడు మదన్ అని చెప్పలేదే మీరు? నాన్సెన్స్! మదన్ పేరెందుకు వేశారు? దర్శకత్వం మీరే అని ఛైర్మనుగారికి ఏనాడో కన్ఫర్మ్ చేశాను. మదన్ పేరు ఎందుకు వేశారని ఆయన నాకు చీవాట్లు పెట్టారు.

"ఛైర్మనుగారు ఆజ్ఞాపించారు 'క్లైమాక్స్' వెబ్ సిరీసు వెంటనే ముగిసిపోవాలని. అరుణ, జాహ్నవి ఎక్కడున్నారు? ఇద్దరికీ సెక్యూరిటీ ఏర్పాటు చేసి కన్ఫర్మ్ చెయ్యమన్నారు. వాళ్ళకి ఏమైనా అయితే, 'జాగృతి' టీవీ మూత వేసుకోవాలి అని కేకలేస్తున్నారాయన. నా మాట వినని పక్షంలో, ఐదవ ఫ్లోర్లో ఛైర్మనుగారున్నారు. వెళ్ళి కలుద్దాం. నేనూ వస్తాను," అని అరిచాడు భాస్కర్.

అపూర్వ, అశోక్ మొహమొహాలు చూసుకున్నారు విస్మయంతో. అపూర్వ భాస్కర్ తో అంది, "అరుణకీ, జాహ్నవికీ సెక్యూరిటీ ఏర్పాటు చెయ్యండి. అది సమస్య కాదు. కానీ వెబ్ సిరీసు వెంటనే ముగించలేము."

భాస్కర్, "హనుమాన్లు!" అని సెక్యూరిటీ గార్డుని పిలిచాడు. తన ఫోను తెరుస్తూ, "అపూర్వా! అరుణ ఎడ్రస్ చెప్పండి. గార్డుకి షేర్ చేస్తా. అరుణకి సెక్యూరిటీ ఏర్పాటు చేశామని చెప్తే కొంత శాంతిస్తారు ఛైర్మనుగారు. అప్పుడు వెళ్దాం ఆయన దగ్గరకి. ఏం విన్నవించుకుంటారో మీరే చెప్పుకోండి ఆయనతో," అన్నాడు.

"నవం ఫార్మ్స్, చిలుకూరు బాలాజి రోడ్," అని టైప్ చెయ్యండి. లొకేషను వస్తుంది," అంది అపూర్వ ఆవేశంగా.

హనుమాన్లు వచ్చి సెల్యూటు కొట్టాడు భాస్కర్కి.

"హనుమాన్లు, వాట్సప్ లో లొకేషన్ పంపాను. అక్కడ అరుణ, జాహ్నవి ఉంటారు. అరుణ ఫోటో షేర్ చేశాను నీకు. ఇద్దరినీ వెయ్యి కళ్ళతో చూసుకో. నీకు

అక్కడే డ్యూటీ. డ్యూటీ ఎక్కంగానే కాల్ చెయ్యి. ఛైర్మనుగారికి కన్ఫర్మ్ చెయ్యాలి," అని ఆర్డరు వేశాడు భాస్కర్. హనుమాన్లు సెల్యూటు కొట్టి వెళ్ళాడు.

భాస్కర్ గొంతు చించుకున్నాడు అశోక్ మీద, "'మదన్ దర్శకుడని ఏ ధైర్యంతో ప్రకటించారు?"

"నేను 'క్లైమాక్స్' దర్శకుడు కాదు' అని మదన్ అనటమే మాక్కావాలి ఇప్పుడు," అంది అపూర్వ.

"అలాగా? అయితే చూసి తరించండి. మదన్ అదే కూస్తున్నాడు" అంటూ టీవీ ఆన్ చేశాడు.

భగవంతరావు తన బంగళాలో, మీడియా సమావేశంలో, విలేకరులకు స్వాగతం పలుకుతున్నాడు. "మీడియా మిత్రులకి స్వాగతం. సినీ దర్శకుడు మదన్ కి స్వాగతం. తెలుగు జాతి గర్వించ తగ్గ 'బిలియనైర్' సినిమా తీసిన ప్రియతమ మదన్ ఇక్కడున్నాడు. అది మన పూర్వ జన్మ సుకృతం. మీ అందరికీ ఒక నిజం చెప్పాలి. అందుకే ఈ సమావేశం.

'ఈరోజు ఒక దారుణం జరిగింది. జాగృతి' టీవీ మదన్ ని కిడ్నాప్ చేసింది. 'క్లైమాక్స్' కి తనే దర్శకుడు అని చెప్పమని బలవంతపెట్టి హింసించింది. అతన్ని సమయానికి రక్షించారు నా మనుషులు. కళామతల్లి ముద్దుబిడ్డని రక్షించుకున్న తృప్తి మాటల్లో చెప్పలేనిది. ఇప్పుడు మదన్ మాట్లాడతాడు," అన్నాడు భగవంతరావు.

మదన్ మొహం మీద రక్తం తుడుచుకుంటూ అన్నాడు: "మీడియా మిత్రులందరికీ నమస్కారం. ఈ రోజు 'జాగృతి' టీవీ మనుషులు నన్ను కిడ్నాప్ చేశారు. 'క్లైమాక్స్' కి నేనే దర్శకుడు అని ఒప్పుకోమని చిత్ర హింసలు పెట్టారు. పది కోట్లు ఆఫర్ చేశారు. 'క్లైమాక్స్' కి నా పేరు వేసుకుంటే విశ్వసనీయత పెరుగుతుందని వాళ్ళ అంచనా. నన్ను రక్షించి ప్రాణాలు కాపాడిన భగవంతరావు గారికి సదా ఋణపడి ఉంటాను.

"జరిగిన నిజం చెప్తాను.

"'జాగృతి' టీవీ మేనేజ్‌మెంట్ కొద్ది వారాల కితం నన్ను కలిసింది. 'క్లైమాక్స్' కథ నాకు చెప్పింది. సిస్టర్ థెరేశ హత్యని భగవంతరావు చేసినట్టుగా కథ రాశారు. నన్ను దర్శకత్వం వహించమన్నారు. నేను ఒప్పుకోలేదు.

"నా అనుమతి లేకుండా నా పేరు వాడుకున్నారు.

'క్లైమాక్స్' వెబ్ సిరీసుకీ నాకూ ఎటువంటి సంబంధం లేదు. నేను 'క్లైమాక్స్' కి దర్శకుణ్ణి కాదు.

"నా పేరు వాడుకున్నందుకు 'జాగృతి' టీవీ మీద వంద కోట్లు పరువు నష్టం దావా వేస్తున్నా."

భగవంతరావు మద్దతుదార్లు జేజేలు కొడుతున్నారు. 'భగవంతరావు జిందాబాద్' 'మదన్ జిందాబాద్' అనే నినాదాలు మిన్నంటుతున్నాయి.

పార్టీలోని భగవంతరావు మిత్రవర్గం మీడియా ముందు అతన్ని ఆకాశానికెత్తేశారు.

జనం సోషల్ మీడియాలో 'జాగృతి' టీవీ మీద దుమ్మెత్తి పోశారు.

'జాగృతి' టీవీ నాటకం బయటపడింది'

'జాగృతి' టీవీని బహిష్కరించాలి'

'సిస్టరు థెరేశ హత్య కేసులో ఛైర్మను పింగళరాజుని అరెస్టు చెయ్యాలి'

'జాగృతి' వ్యాను కింద పడి సిస్టరు ప్రాణాలు పోగొట్టుకుంది అని స్పష్టంగా తెలుస్తోంది'

'మదన్‌ని రక్షించిన భగవంతరావుకి జేజేలు.'

భగవంతరావు కళ్ళు గర్వంగా నవ్వుతున్నాయి. సూరికి వాట్సప్ మెసేజు వచ్చింది. భగవంతరావుకి చూపించాడు. భగవంతరావు మీసం దువ్వుకున్నాడు. ప్రెస్-మీట్ లోంచి లేచి, కారు పార్కింగు వైపు వెళ్ళాడు. సూరి ఫాలో అయ్యాడు.

భగవంతరావు సూరితో కలిసి బెంజి కారులో రయ్యమని బయటకు వెళ్ళాడు చాలా అర్జెంటుగా.

భాస్కర్ టీవీ స్విచ్ ఆఫ్ చేసి, అశోక్, అపూర్వల వైపు కోపంగా చూశాడు.

అశోక్ అన్నాడు, "మదన్ 'జాగృతి' టీవీ మీద చట్టపరమైన చర్య తీసుకుంటా' అన్నాడు. అదే మా ఇద్దరికీ కావాలి. మనమూ వేద్దాము కౌంటర్!" అన్నాడు ధృఢంగా.

"మీ ఇద్దరికీ పిచ్చి పట్టింది. ఛైర్మనుగారితో అపాయింట్‌మెంటు తీసుకోండి. మీ ధోరణి ఆయన దగ్గరే తేల్చుకుందాం!" అన్నాడు భాస్కర్ విసుగ్గా.

అశోక్, అపూర్వ పై ఫ్లోర్లో ఉన్న ఛైర్మనుగారి అపాయింట్‌మెంటు తీసుకోవటానికి వెళ్లారు.

చైర్మను సెక్రెటరీ ఇద్దర్నీ విజిటర్సు రూంలో కూర్చోమంది. బ్యాంకు స్టేట్‌మెంట్లు చేతుల్లో పట్టుకుని, చైర్మను రూంలోంచి బయటకి లోపలికీ ఉరకలేస్తోంది. అరగంట గడిచాక, అనుమతి దొరికింది ఇద్దరికీ.

భాస్కర్ మీటింగుకి రాలేదు.

ఇద్దరూ అంతకు మునుపు రెండుసార్లు చైర్మను పింగళరాజుగారిని కలవటం జరిగింది. ఆయన అప్పుడు 'క్లైమాక్స్' అద్భుతంగా తీస్తున్నారంటూ ఉత్సాహపరిచారు. ఆయనకి డెబ్భైఏళ్ల వయసుంటుంది.

ఇద్దరూ చైర్మనుకి నమస్కారం చేసి నించున్నారు.

పింగళరాజు ఇద్దరి కేసి చూసి, "క్లైమాక్స్' ఊపందుకుంది. మదన్ పరువు నష్టం దావా వేస్తా అన్నాడట. మీరు కంగారు పడకండి. ఇవన్నీ మామూలే. నలభై ఏళ్ల కితం 'జాగృతి' దినపత్రికకి మా నాన్న ఎడిటరు. ఆయన మీద అప్పటి ముఖ్యమంత్రి వేసిన పరువు నష్టం కేసు ఇప్పటికీ నడుస్తోంది. ఆ కేసు వల్లే మా 'జాగృతి' గ్రూపు ఆకాశమంత ఎదిగింది. మదన్ పరువు నష్టం దావా మనకి ప్రచారం ఇస్తుంది. 'క్లైమాక్స్' వెబ్ సిరీసులో మీకు పరిహారం పెంచుతున్నా. ఇప్పటిదాకా మీకు పేమెంట్ అందింది కదా!" అన్నాడు.

"అందింది సార్. థాంక్స్. మీరు 'క్లైమాక్స్' నిలిపెయ్యమన్నారని భాస్కర్ చెప్పారు," అంది అపూర్వ.

"ఇప్పుడస్సలు వెనక్కి తగ్గకూడదు. భగవంతరావుని వదలొద్దు. ఈ రోజుల్లో వార్తా ఛానెల్ రన్ చెయ్యాలంటే తెలివితేటలు అక్కర్లేదు. ఎడతెరిపి లేకుండా అవతల వాడి మీద ఎంత బురద చల్లగలం అనేదే ముఖ్యం. 'క్లైమాక్స్' ఎన్ని ఎపిసోడ్స్ మిగిలాయి? మరో మూడు ఎపిసోడ్స్ కలిపి సాగదీయండి," అన్నారు చైర్మను.

అశోక్, అపూర్వ బిత్తరపోయారు.

సెక్రెటరీ వచ్చి, "భాస్కర్ ఈ కవరు మీకిమ్మన్నారని ఆయన డ్రైవరు తెచ్చిచ్చాడు," అని కవరు టేబిలు మీద పెట్టి వెళ్లింది.

చైర్మను పింగళరాజు కవరు చించారు. భాస్కర్ పంపించిన కాగితాన్ని తీక్షణంగా చదివారు. సెక్రెటరీని పిలిచారు, "భాస్కర్ రాజీనామా చేశాడు. బ్యాంకుకి కాల్ చేసి, భాస్కర్ సంతకంతో చెక్కులు వస్తే ఆనర్ చెయ్యొద్దని చెప్పు. అకౌంట్స్ మేనేజర్ని పిలు. ఖాతాల్లో లెక్కలు తేడా ఉన్నాయని అతను వారంగా నా వెంట పడుతున్నాడు. భాస్కర్‌కి కాల్ చేసి నాకు కలుపు," అన్నారు.

అశోక్, అపూర్వ షాకయ్యారు.

ఛైర్మను ఇద్దరికేసీ చూసి, "భాస్కర్ రాజీనామా చేశాడు. అతని ఆదేశాలు తీసుకోవద్దు. నాతో టచ్లో ఉండండి. 'క్లైమాక్స్' రభస పెంచండి. మీరు ఈ క్షణం నుంచే కంపెనీ విల్లాకి మారిపోండి. పూర్తి స్థాయి సెక్యూరిటీ ఏర్పాటు చెయ్యమని చెప్తా. కంపెనీ కారునే వాడండి," అన్నారు. ఆయన వెంటనే సెక్రెటరీని పిలిచి ఆదేశాలు జారీచేశారు.

"మీరు అరుణకి సెక్యూరిటీ ఏర్పాటు చేయమన్నారని చెప్పాడు భాస్కర్!" అన్నాడు అశోక్.

"అదేం లేదు! అరుణ, జాహ్నవి సేఫ్ గా ఉన్నారా?"

"ఈ క్షణం దాకా ఉన్నారు సార్," అన్నాడు అశోక్.

"వాళ్ళని కూడా మన కంపెనీ విల్లాకి మార్చండి," అన్నారాయన.

సెక్రెటరీ వచ్చి, "సార్! భాస్కర్ ఫోను నాట్ రీచబుల్' అంది.

అశోక్, అపూర్వ ఆయన గదిలోంచి అర్జెంటుగా బయటికి వచ్చి అరుణకి కాల్ చేశారు. అరుణ ఫోను లిఫ్ట్ చేయలేదు.

ఆఫీసు నుంచి కారులో బయలుదేరిన భాస్కర్ ఇంటికి వెళ్ళాడు. తన రాజీనామా ఉత్తరం డ్రైవరుకి ఇచ్చి, ఛైర్మను సెక్రెటరీకి అందచేయమన్నాడు.

అక్కడ్నించి యాత్రీ నివాస్ హోటల్ వెళ్ళి వెయిట్ చేస్తున్నాడు.

హనుమాన్లు దగ్గర్నుంచి కాల్ వచ్చింది భాస్కర్‌కి. "సార్! లొకేషనుకి వచ్చాను. ఇక్కడ చెరువుంది. నవం ఫార్మ్స్ లేదు. మీరు అరుణ గారి ఫోటో పంపించలేదు," అన్నాడు హనుమాన్లు.

"హనుమాన్లూ! నీకు చెప్పిన పని కాన్సెల్ అయింది. ఆఫీసుకి వెళ్ళిపో," అన్నాడు భాస్కర్. భాస్కర్ హనుమాన్లుకి ఉద్దేశ్యపూర్వకంగా తప్పుడు లొకేషను షేర్ చేశాడు.

అరుణ ఉన్న నవం ఫార్మ్స్ లొకేషను చేరవేయవలసిన వాళ్ళకే చేరవేశాడు.

ఒకతను వచ్చి భాస్కర్‌కి రెండు పెద్ద సూట్ కేసులు అందచేశాడు. భాస్కర్ చెక్ చేసుకున్నాడు. సొమ్ము అందింది!

రెండు వారాలుగా భగవంతరావు భాస్కర్ ని కొనటానికి చేస్తున్న ప్రయత్నాలు ఆ రోజు ఉదయం ఫలించాయి. భాస్కర్ పది కోట్లకి ఒప్పుకున్నాడు బేరం.

ఆ బేరంలో భాగంగా 'క్లైమాక్స్' దర్శకులు అశోక్, అపూర్వ అని సూరికి సమాచారం అందించాడు.

'క్లైమాక్స్' వెబ్ సిరీస్ కు దర్శకత్వం వహిస్తామని 'జాగృతి' టీవీతో అశోక్, అపూర్వ చేసుకున్న ఒప్పంద పత్రం ఒరిజినల్ ని భగవంతరావుకి అందచేశాడు.

అరుణ, జాహ్నవిల లొకేషను సూరితో షేర్ చేశాడు.

భాస్కర్ నగదుతో పరారయ్యాడు.

అరుణ ఫోను కాల్ కి బదులివ్వలేదు. "అరుణా, లొకేషన్ నుంచి పారిపో" అని వాట్సాప్ మెసేజు పెట్టింది అపూర్వ.

నవం ఫార్మ్స్ గెస్టుహౌసు మట్టిరోడ్డుకి డెడ్-ఎండ్ లో ఉంది. రోడ్డుకి అటూ ఇటూ మామిడి తోపులు. రిసార్టునుంచి పారిపోవాలంటే మామిడితోపుల మధ్యలోంచి ఇరుకు సందుగుండా బయటపడాలి మెయిను రోడ్డుకి. భగవంతరావు, సూరి సందులో కారు ఆపుకుని గెస్టుహౌసు లోపలికి వస్తున్నారు. అరుణ వాళ్ళని చూసింది. ఎక్కడికీ పారిపోయే అవకాశం లేదు. ఫోను కాల్ చెయ్యలేదు. కాల్ రిసీవ్ చేసుకోలేదు. సూరి, భగవంతరావు అంత దగ్గరగా వచ్చేశారు. గెస్టుహౌసులో వంటలక్క ఉంటుంది. ఆమె కిరాణా షాపుకి వెళ్లింది.

"భగవంతరావుకి దొరికిపోయాను," అని వాట్సాప్ మెసేజు అపూర్వకి పంపించి, అరుణ మెసేజుని డిలీట్ చేసింది.

భగవంతరావు విసవిసా వచ్చి, 'ఎవరికి మెసేజ్ చేస్తున్నావ్?" అంటూ ఫోను లాక్కున్నాడు. "మెసేజ్ డిలీట్ చేసేశావా? జాహ్నవి ఎక్కడ?" అని అడిగాడు గెస్టు హౌసు లోపల వెతుకుతూ.

"జాహ్నవి మదన్ దగ్గరుంది," అంది అరుణ.

భగవంతరావు అరుణ దవడ పగలగొట్టాడు. అరుణ గిరికీలు కొట్టి, గోడకి కొట్టుకుని పడిపోయింది.

"ఈ లొకేషన్ పట్టుకోవడం చాలా కష్టం. నిన్ను ఎవరు ఇక్కడ దాచారో వాళ్ళకి హాట్స్ ఆఫ్! ఫోను ఎక్కడుంది?" అసహనంగా అడిగాడు భగవంతరావు.

"ఫోను మదన్ దగ్గరుంది," అంది అరుణ.

జుట్టు పట్టుకుని అరుణని పైకి లేపాడు. చెంప ఛెళ్ళుమనిపించాడు. రౌద్రంగా అరిచాడు, 'సూరీ! అరుణని కారు ఎక్కించు. నేను బిల్డింగ్ అంతా వెతికి వస్తా!"

భగవంతరావు జాహ్నవి కోసం గాలించాడు. జాహ్నవి కనపడలేదు.

"అరుణా, జాహ్నవి ఎక్కడ? చెప్పకపోతే ఛస్తావ్," అని అరిచాడు భగవంతరావు.

"జాహ్నవి మదన్ దగ్గరుంది," అంది అరుణ.

అరుణని కాళ్లతో, చేతుల్తో కొట్టి కుళ్ల బొడిచాడు. నెల్సన్ కి ఫోను చేసి, "మదన్ కి ఫోను ఇవ్వు. వాడి దగ్గర జాహ్నవి, ఫోను ఉన్నాయట. వాణ్ని ఇప్పుడే అడిగి తేల్చుకోవాలి," అన్నాడు భగవంతరావు కోపంగా.

"అన్నా! మదన్ మన బంగళాలోంచి తప్పించుకున్నాడు," అని జరిగింది చెప్పాడు నెల్సన్.

భూమ్యాకాశాలు దద్దరిల్లేలా అరిచాడు భగవంతరావు.

అపూర్వ అశోక్‌కి వాట్సాప్ మెసేజు చూపించింది. 'భగవంతరావుకి దొరికిపోయాను' అని అరుణ నుంచి మెసేజ్ అది.

"నవం ఫార్మ్స్‌లో అరుణతో జాహ్నవిని ఉంచకూడదని మనం తీసుకున్న నిర్ణయం ఇప్పుడు హెల్ప్ అయింది," అన్నాడు అశోక్.

"ఫోను ఎక్కడుందో చెప్పమని భగవంతరావు అరుణని చిత్రహింసలు పెడతాడు. ఆమె బతుకు దుర్భరమే! ఇప్పుడేం చేద్దాం?" అంది అపూర్వ.

"మన కస్టడీలో ఉన్న జాహ్నవిని వెయ్యి కళ్ళతో కాపాడుకోవటం ప్రస్తుతం మన మొదటి లక్ష్యం," అన్నాడు అశోక్.

"భగవంతరావు ఏ ప్రశ్న అడిగినా మదన్ మీద నింద వెయ్యమని అరుణతో చెప్పాం. అలా చెప్తే సమస్యలో పడుతుంది. ఎందుకంటే మదన్ కూడా ఇప్పుడు భగవంతరావు కస్టడీలోనే ఉన్నాడు. అదే నా బాధ" అంది అపూర్వ.

ఆ బాధ పడాల్సిన అవసరం లేదు. అశోక్, అపూర్వలకి మదన్ మీడియా సమావేశం లోంచి తప్పించుకున్నాడని ఇంకా తెలియదు.

మదన్ కాసేపటికితం మీడియా సమక్షంలో 'జాగృతి' టీవీపై పరువు నష్టం దావా వేస్తానని ప్రతిజ్ఞ చేశాడు.

భగవంతరావు, సూరి కలిసి మీడియా సమావేశం వదిలి బెంజ్ కార్లో వెళ్ళటం గమనించాడు.

ఆ సమావేశంలో సినిమా విలేకరులున్నారు. మదన్ ఆస్థాన విలేకరి, భజనపరుడు భూషణం ఉన్నాడు. తనని అక్కడ్నించి తప్పించమని మదన్ సౌజ్ఞ చేశాడు అతనికి. పాతికమంది విలేకరులున్నారు. భగవంతరావు అనుచరులు కాపలా ఉన్నారు. మీడియా సమావేశం రాష్ట్రమంతా ప్రత్యక్షప్రసారం అవుతోంది.

భూషణం లేచాడు. మైక్ చేతిలోకి తీసుకుని ప్రసంగించాడు, "ఈ రోజు సుదినం. దర్శక దిగ్గజం మదన్ గారు మనకి ప్రాణాలతో దక్కారు. ఆయన్ని రక్షించిన భగవంతరావుగారికి సినీ పరిశ్రమ సదా ఋణపడి ఉంటుంది. భగవంతరావుగారే మదన్‌ని కిడ్నాప్ చేశారని 'జాగృతి' టీవీ సిబ్బంది పుకారు నడిపారు. ఆ టీవీ రిపోర్టరు ఈ బంగళా బయట నిలబడి విష ప్రచారం చేశారు.

"మదన్ గారు పూర్తి స్వేచ్ఛతో ఇక్కడ ఉన్నారు అనటానికి మనమే సాక్ష్యం. మదన్ గారు స్వేచ్ఛా వాయువులు పీలుస్తూ, నిర్భయంగా, నిస్సంకోచంగా రాష్ట్ర ప్రజలంతా లైవ్లో చూస్తూ ఉండగా ఇప్పుడు ఈ సమావేశం లోంచి సగర్వంగా వెళ్తారు."

అందరూ లేచి నించుని చప్పట్లు చరిచారు. భూషణం మదన్ మెడలో పూల దండ వేశాడు గౌరవ సూచకంగా. దండ వేస్తూ, ఎవరూ చూడకుండా భూషణం తన కారు తాళాలు మదన్ చేతిలో పెట్టాడు.

మదన్ భూషణాన్ని ప్రేమగా కౌగలించుకుని, "సినిమా వాళ్ళం అనిపించావ్. థాంక్స్," అని అతని చెవిలో చెప్పాడు.

మదన్ అందరికీ వినయంగా నమస్కారం చేస్తూ పార్కింగుదాకా నడుచుకుంటూ వెళ్ళాడు. అందరూ హర్షధ్వానాలు చేస్తూ అతనికి ఇరుపైపుల నడిచారు. భూషణం కారు డోర్ తీసి పట్టుకున్నాడు. మదన్ మరొక్కసారి అందరికీ వందనం చేశాడు. కారు ఎక్కాడు. డ్రైవ్ చేసుకుంటూ జారుకున్నాడు. జాతీయ మీడియా ప్రత్యక్షప్రసారం చేసింది.

భగవంతరావు అనుచరులు నవ్వలేక, ఏడ్వలేక చప్పట్లు కొడుతున్నట్టు నటిస్తూ బిక్కచచ్చిపోయారు.

తనకీ 'క్లైమాక్స్'కీ ఎటువంటి సంబంధం లేకపోయినా తనని ఆ రొంపిలోకి ఎందుకు లాగారో అర్థం కాక, బతికుంటే బలుసాకు తిని బతకొచ్చని మదన్ పరారీ అయ్యాడు.

అరుణ చెప్పిన కట్టుకథ

భగవంతరావు అరుణని అతని బంగళాలో బంధించాడు. జాహ్నవి జాడ, ఫోను ఆచూకీ చెప్పమని వేధిస్తున్నాడు. ఏ ప్రశ్న అడిగినా, అరుణ ఒకే పాట పాడింది, 'మదన్‌కి మాత్రమే తెలుసు,' అని.

మదన్ కోసం భగవంతరావు మనుషుల్ని పంపించాడు.

"మదన్ అండర్-గ్రౌండ్ వెళ్లాడని చెబుతున్నాగా! అది అనుకున్నదే!" అంది అరుణ.

"ఎవరనుకున్నారు? ఎప్పుడనుకున్నారు?" భగవంతరావు అసహనంగా అరిచాడు.

"ఆడదాని మీద చెయ్యి చేసుకునే ఆడంగివి నువ్వు. నీకు నిజం వినే ఓపిక లేదు. అశోక్, అపూర్వ ఎవరో తెలిస్తే నీకు ఏం జరిగిందో బోధపడుతుంది," అంది అరుణ.

అశోక్, అపూర్వ! ఆ పేర్లు అరుణ నోట్లో వినగానే భగవంతరావు ఉలిక్కిపడ్డాడు.

గదిలో కింద పడి ఉన్న అరుణ దగ్గరకి రివాల్వింగు చైరు తోశాడు. అరుణకి మంచి నీళ్ళు ఇమ్మని సూరికి సౌజ్ఞ చేశాడు. "వాళ్ళు తెలుసా నీకు? ఎక్కడుంటారు?" అన్నాడు.

అరుణ మంచి నీళ్ళు తాగింది. కుర్చీలో కూర్చుంది. ఆమెని మొండి ధైర్యం కమ్ముకుంది.

"నేనొక రోడ్డు ప్రమాదం కేసులో ఇరుక్కున్నాను. ఒక వ్యక్తి చనిపోయాడు ఆ ప్రమాదంలో. పోలీసులు నన్ను అరెస్టు చేశారు. ఆ యాక్సిడెంటు నేను చెయ్యలేదు. నాకు మద్దతుగా అశోక్, అపూర్వ కోర్టులో సాక్ష్యం చెప్పారు. వాళ్ళ ధైర్యం, తెలివితేటలు నాకు నచ్చాయి. నీ బందీగా ఉన్న జాహ్నవిని విడిపించుకోవాలని అప్పుడు శతవిధాల ప్రయత్నిస్తున్నాను. వాళ్ళ సపోర్టు తీసుకోవాలని అనుకున్నా. నా కథ వాళ్ళకి చెప్పాను.

"ఇద్దరూ సినిమా కథల రచయితలు. మదన్ దగ్గర అసిస్టెంట్స్. నా కథ మదన్ కి చెప్పారు. వాళ్ళకి వెబ్ సిరీస్ కి కథ దొరికింది. అశోక్, అపూర్వ, మదన్ కలిసి 'క్లైమాక్స్' కథ అల్లారు.

"మదన్ ఆ కథని 'జాగృతి' టీవీకి వినిపించాడు. 'జాగృతి' టీవీ ప్రొడ్యూసు చెయ్యటానికి రెడీ అంది.

"క్లైమాక్స్' రెండు ఎపిసోడ్స్ రిలీజ్ అయ్యింది. అప్పుడు నువ్వు రిటైర్డ్ డిజిపి హరిశ్చంద్రని హత్య చేశావ్.

"హరిశ్చంద్ర హత్యతో మదన్ భయపడ్డాడు. ప్రొజెక్ట్ నుంచి తప్పుకుంటానన్నాడు. 'జాగృతి' టీవీ ఒప్పుకోలేదు.

"దర్శకుడిగా కంటిన్యూ అవటానికి మదన్ షరతు పెట్టాడు. హత్యని షూట్ చేసిన ఒరిజినల్ ఫోనునీ, జాహ్నవినీ తన అధీనం చెయ్యాలి అన్నాడు. నీ వల్ల తన ప్రాణాలకి ముప్పు వస్తే, ఆ రెండూ నీకు ఇచ్చేసి తను తప్పుకోవచ్చని అతని ఆలోచన.

"అతని షరతుకి ఒప్పుకున్నాం. 'జాగృతి' టీవీ మనుషులు ఫోనునీ, జాహ్నవినీ మదన్ దగ్గరకి చేర్చటానికి వెళ్లారు. ఆలోగా నువ్వు మదన్‌ని కిడ్నాప్ చేసావు. నీ చేతిలో చావు తప్పించుకోటానికి, తనకి 'క్లైమాక్స్' తో సంబంధం లేదని ప్రెస్-మీట్లో మదన్ అబద్ధం చెప్పాడు. నిజానికి 'క్లైమాక్స్' షూటింగ్ గుట్టుగా పూర్తిచేయటానికి మదన్ ఒప్పుకున్నాడు. అందుకే అండర్-గ్రౌండ్ వెళ్ళాడు," అని చెప్పటం ఆపింది అరుణ.

"ఇదంతా నిజమైతే, ఎక్కడా పూస పోకుండా నాతో నిజం ఎందుకు చెప్తున్నావ్?" భగవంతరావు ప్రశ్నించాడు.

"నేను ఏ ప్రయత్నం చేసినా, నా ధ్యేయం జాహ్నవిని కాపాడుకోవటం. ఇప్పుడు జాహ్నవి ఎక్కడుందో తెలియట్లే. 'జాగృతి' టీవీ మనుషులు జాహ్నవిని మదన్‌కి చేర్చామంటున్నారు. మదన్ ఇక్కడ్నించి పారిపోయాడని నువ్వంటున్నావ్. ఈ గొడవలో జాహ్నవికి ఇబ్బంది రావచ్చు. మదన్‌ని పట్టుకో. ఈపాటికి ఫోను, జాహ్నవి అతని దగ్గరకి చేరే ఉంటాయి. నీ ఫోను నువ్వు తీసుకో. నా జాహ్నవిని నాకు ఇవ్వు," అంది అరుణ.

ప్రమాదవశాత్తు భగవంతరావు చేతుల్లో దొరికిపోతే, ఏ కట్టుకథ అపూర్వ చెప్పమందో ఆ కట్టుకథనే యథాతథంగా పొల్లుపోకుండా చెప్పింది అరుణ భగవంతరావుకి.

ఏ ముందస్తు నోటీసు ఇవ్వకుండా తను నవం ఫార్మ్సకి వెళ్ళాడు కొద్ది గంటల కితం. అప్పుడు అరుణ దగ్గర జాహ్నవి లేదు. అరుణ నిజమే చెపుతోందేమో? అని తర్కించాడు భగవంతరావు.

"మదన్ 'క్లైమాక్స్' షూటింగ్ ఎక్కడ తీస్తున్నాడు?' అడిగాడు భగవంతరావు.

"తెలీదు," అంది అరుణ.

"నీ మాట నేను నమ్మను. మదన్ షూటింగ్ లో లేడు. అతను జస్ట్ ప్రాణభయంతో పారిపోయాడు. అంతే. 'క్లైమాక్స్' దర్శకుల పేర్లు ఉన్న ఒప్పంద పత్రం నా దగ్గరుంది. ఆ పత్రంలో మదన్ పేరు లేదు. మదన్ స్వయంగా మీడియా సమావేశంలో చెప్పాడు తను 'క్లైమాక్స్' దర్శకుడు కాదని. ఈ విషయంలో నువ్వు చెప్పే కథలు నేను నమ్మను. ఒక్కటి తెలుసుకో. ఫోను దొరికే దాకా నువ్వు బతికుంటావు. దట్స్ ఆల్!" అన్నాడు.

తన అనుచరులతో, "ఊరంతా గాలించండి. ప్రతి అంగుళం వెతకండి. మదన్‌ని తీసుకురండి. వాడి చేత 'జాగృతి' టీవీపై కేసు వేయించాలి అర్జెంటుగా. వాడు కేసు గెలుస్తాడు. వాడి గెలుపే నా గెలుపు," అన్నాడు భగవంతరావు.

అధ్యాయం 11

బెనర్జీ పట్టుబడిన కథ

భగవంతరావు మనుషులు మదన్ కోసం అహర్నిశలూ వెతికారు.

అశోక్, అపూర్వ, జాహ్నవిని కూడా కిడ్నాప్ చెయ్యాలని పథకం వేశారు. కట్టుదిట్టమైన భద్రత మధ్య ఉన్న వాళ్ళని కిడ్నాప్ చెయ్యటం కష్టతరమయింది.

మదన్ సహచరుల పేర్లు ఆరా తీసి, ఒక్కొక్కర్నే వల వేసి పట్టారు.

బెనర్జీ దొరికాడు వలలో.

"మదన్ సారు ఎక్కడున్నారో తెలీదు," అన్నాడు బెనర్జీ.

అశోక్, అపూర్వల ఫోటోలు చూపించి, 'వీళ్ళు నీకు తెలుసా' అని అడిగాడు సూరి.

బెనర్జీ గాభరా పడ్డాడు. 'మదన్, రాఘువ, నేనూ కలిసి వాళ్ళ కథ కొట్టేశాం. అశోక్ అపూర్వ, మా పని పట్టాలని, భగవంతరావు సపోర్టు తీసుకున్నారా?' అని సందేహ పడ్డాడు.

'బిలియనైర్' కథ దొంగతనం చేశానని నిజం చెప్పేస్తే?' అని తటపటాయించాడు.

నిజం చెప్పినా అది నిజం అని నమ్ముతారని గ్యారంటీ లేదని కలవరపడ్డాడు. భగవంతరావు చేతుల్లో చావు తప్పదా అని విచారించాడు.

"వీళ్ళని మా సారుతో చూశానండి! సినిమా ఫీల్డ్ వాళ్ళే," అన్నాడు తడబడుతూ.

భగవంతరావు ప్రశ్నించాడు, "మదన్ దగ్గర ఎన్నాళ్లుగా పని చేస్తున్నావు?"

"పది సంవత్సరాలుగా! నా పేరు అసోసియేట్ డైరెక్టర్ అని, ఆయన దర్శకత్వం చేసిన అన్ని సినిమాలలో, టైటిల్స్ లో పడుతుంది," అన్నాడు బెనర్జీ కొంచెం ఊపిరి పీల్చుకుంటూ.

"మదన్ తో పదేళ్లుగా పని చేస్తుంటే వీళ్ళు ఇద్దరూ నీకు తెలియాలి. మదన్ 'క్లైమాక్స్' వెబ్ సిరీస్ ని వీళ్లతో కలిసి తీస్తున్నాడట. నా దగ్గర సమాచారం ఉంది," అన్నాడు భగవంతరావు.

బెనర్జీ గుటకలు మింగాడు. "ఒక్క విషయం అయితే ఘంటాపథంగా చెప్పగలను. మదన్ సారు 'క్లైమాక్స్' కి దర్శకుడు కాదు. అది గ్యారంటీ. మీకు ఏం కావాలో నాకు అర్థం కావట్లే. అది అర్థమయ్యేలా చెప్పండి. నేను సాయం చేస్తా," అన్నాడు బెనర్జీ.

"మదన్ వెంటనే క్రిమినల్ కేసు వెయ్యాలి. ఎక్కడున్నాడో చెప్పు, ప్లీజ్" అని బుజ్జగింపుగా అడిగాడు భగవంతరావు.

బెనర్జీకి రవ్వంత ధైర్యం వచ్చింది. "ఏం కేసు?" అన్నాడు.

"మదన్ 'క్లైమాక్స్'కి దర్శకుడా? కాదా?" ప్రశ్నించాడు భగవంతరావు.

"కాదు. అందులో సందేహం లేదు. మదన్ సారు పరువు తీస్తున్నారు 'జాగృతి' టీవీ," బెనర్జీ ఘంటాపథంగా చెప్పాడు.

"అందువల్లే, పరువు నష్టం దావా వెయ్యాలి."

"అవును! నేను కేసు వేస్తా మీకు అభ్యంతరం లేకపోతే. డూ యు నో! ఐ యామ్ వన్ ఆఫ్ ది డైరెక్టర్స్ ఇన్ మదన్ ప్రొడక్షన్స్ ప్రైవేట్ లిమిటెడ్," అన్నాడు ధీమాగా. బెనర్జీకి దోవ దొరికింది భగవంతరావు మెప్పు పొందటానికి.

భగవంతరావు కళ్ళు జిగేల్ మని మెరిసాయి. ఆడబోయిన తీర్థం ఎదురైంది. సూరి కేసి తిరిగి, "మాధవరావు దగ్గరకి వీడ్ని తీసుకెళ్ళు. వీడి చేత పరువు నష్టం దావా వేయించు. 'జాగృతి' టీవీకి లీగల్ నోటీసు పంపించమని మాధవరావుతో చెప్పు. లీగల్ నోటీసు వెళ్ళిందని సోషల్ మీడియాలో టాం టాం కొట్టించు. కేసు అయ్యేదాకా, వీడ్ని మన ఆతిథ్యంలో ఉంచు," అన్నాడు 'ఆతిథ్యం' అనే పదం నొక్కి పలుకుతూ.

అధ్యాయం 12

అరుణ సాహసం

'జాగృతి' టీవీకి మాధవరావు లీగల్ నోటీసు పంపించాడు. మదన్ పేరు అతని అనుమతి లేకుండా వాడుకున్నారని, 'మదన్ ప్రొడక్షన్స్' కంపెనీ డైరెక్టర్ టెనర్జీ అభియోగం చేస్తున్నట్టు లీగల్ నోటీసు వెళ్లింది.

అశోక్, అపూర్వలకి ఎందుకు ఎప్పుడు ఎలా టెనర్జీ ఈ కేసులోకి ప్రవేశించాడో అర్థం కాలేదు.

టెనర్జీ ప్రవేశంతో ఇద్దరూ ఆనందంతో చిందులేశారు.

ఉదయం తొమ్మిది. భగవంతరావు కాఫీ తాగుతున్నాడు పరిస్థితి బేరీజు వేసుకుంటూ.

రెండ్రోజుల్లో, టెనర్జీ వేసిన కేసు వాదనకి వస్తుంది. కోర్టుకి వెళ్ళాలి. తన మద్దతుదారులతో కోర్టు ప్రాంగణం దద్దరిల్లిపోవాలి.

సూరి ఆదరాబాదరా రావటం చూశాడు భగవంతరావు.

"సార్! టీజరు-6 రిలీజయ్యింది," అని ఫోను చేతికిచ్చాడు సూరి. భగవంతరావు టీజర్-6 చూశాడు కన్నార్పకుండా.

టీజరు-6

మేరి పోలీసు రక్షణతో తను ఫోను దాచిన లొకేషనుకి వెళ్తుంది. మేరి విహారి బంగళాకి వెళ్లింది. ఆమె ఆ బంగళా ముందు నించుంది.

టీజరు-6 ముగిసింది.

భగవంతరావు ఉలిక్కిపడ్డాడు. ఒక్క ఉదుటున వెళ్ళి అరుణకి టీజరు చూపించాడు. "ఈ టీజరు ప్రకారం ఫోను నా కొంపలోనే ఉంది. నా బంగళాలో ఎక్కడ పెట్టావ్?" అని గద్దించాడు.

"ఏమో! మదన్ కి మాత్రమే తెలుసు. మొన్న ఇక్కడికి వచ్చాడు. ఇక్కడే దాచాడేమో? అతన్ని పట్టుకో! అంతా బయటపడుతుంది," అంది అరుణ.

భగవంతరావు పూనకం వచ్చినట్టు ఆవేశపడ్డాడు. ముఖ్య అనుచరులతో కలిసి ఫోను కోసం తన బంగళా అంతా గాలించాడు.

అశోక్ టీవీలో ప్రత్యక్షమయి, భగవంతరావు బంగళా ముందు నించుని లైవ్లో రిపోర్టు చేస్తున్నాడు.

అపూర్వ స్టూడియో నుంచి అడిగింది: "అశోక్! ఏమవుతోంది అక్కడ!"

"అపూర్వా! భగవంతరావు బంగళా ముందు జనం గుమికూడారు. అరుణ ఫోనుని మంత్రి బంగళాలోనే దాచిందని విని, పరిస్థితేంటో చూద్దామని వచ్చాం అంటున్నారు," అన్నాడు అశోక్.

నిజానికి, అశోక్ బంగళా ముందు లేడు! అతను ఎక్కడో ఉండి లైవ్ లో పాల్గొన్నాడు. తను అప్పుడు భగవంతరావు బంగళా ముందే ఉన్నాడన్న భావన ప్రేక్షకులకి కలిగించటానికి 'ఫైలు ఫోటోలు' వాడుకున్నాడు.

అతనన్న మాటలు టీవీ ఛానెల్స్ లో ప్రసారం అయ్యాయి. అక్కడ్నించి సోషల్ మీడియాలో వైరల్ అయ్యాయి.

'అరుణ ఫోనుని భగవంతరావు బంగళాలోనే దాచిందట'

'భగవంతరావుకి భలే ఝలక్ కొట్టింది'

'అరుణ భగవంతరావుని అరెస్టు చేయిస్తుంది'

'భార్య, కూతురు అని చూడకుండా వాళ్ళ జీవితాలతో ఆడుకున్న నరరూప రాక్షసుడు అరెస్టు కావాలి'

'అటువంటి రావణాసురులకి మంత్రి పదవి ఇచ్చిన రూలింగ్ పార్టీకి పుట్ట గతులుండవు' అని మెసేజులు సోషల్ మీడియాలో చక్కర్లు కొడుతున్నాయి.

బెనర్జీ 'జాగృతి' టీవీ పై వేసిన కేసు ఆ రోజు వాదనకి వస్తుంది.

భగవంతరావు కోర్టుకి బయలుదేరుతూ అరుణని నిర్బంధించిన గదిలోకి వెళ్ళాడు. "కేసు ఎవరు గెలుస్తారంటావ్?" అని అడిగాడు.

పక్కా సాక్ష్యం చేతిలో ఉంది. కేసు గెలుస్తానని నమ్మకం వచ్చింది. హుషారుగా ఉన్నాడు. గెలవటం ఖాయమని హై కమాండ్ కి చెప్పాడు.

"ఎవరు గెలిచినా, ఓడినా ఒకటి నిజం. మదన్ మాత్రమే 'క్లైమాక్స్'కు దర్శకత్వం వహించాడు," అంది అరుణ.

"నువ్వు కథలు బాగా చెప్తావ్. ఇవ్వాళ కేసు గెలిచి వస్తా. అప్పుడు వింటా మిగతా కథ," అని వెటకారం చేస్తూ టేబిలు మీద టిఫిను ప్లేటు వైపు చూశాడు. ప్లేటు ఖాళీగా ఉంది. "టిఫిను తిన్నావు. గుడ్! ఫోను దొరికేదాకా, నువ్వు బతికుండాలి," అన్నాడు ఓ రకంగా నవ్వుతూ.

"నన్ను డ్యూటీకి వెళ్ళనీ. పేషంట్సు ఇబ్బంది పడతారు. నీ వాళ్ళని కాపలా పెట్టుకో పారిపోతానని భయం ఉంటే. ప్రామిస్. ఎక్కడికీ పారిపోను," అని బతిమాలింది అరుణ.

"నో! నో! నువ్వు జాదూ నెంబరు వన్," అంటూ అరుణ దగ్గరగా వచ్చాడు.

"అప్పటికంటే ఇప్పుడే బావున్నావ్," అని అరుణ చేతులు తన చేతుల్లోకి తీసుకున్నాడు.

"విస్కీ కంపు," అని విసుక్కుంది.

"ఐ యామ్ సారీ! సాయంత్రం తాగను. ప్రామిస్! విస్కీ కంటే నువ్వే కిక్కు. అయ్యో! ఇదేంటి? నీ చేతులు బరుక్కుపోయాయి?" అని అరుణ చేతులు తడిమాడు.

"నువ్వు కొట్టిన దెబ్బలకి ఆనవాళ్ళు!" అంది అరుణ.

భగవంతరావుకి తిక్కలేచింది. "దెబ్బలూ ఆనవాళ్లూ అంటూ మూడ్ పాడు చేశావ్. రొమాన్స్ తెలీని గాడిదవి! కోర్టుకి టైమయింది. సాయంత్రం కలుద్దాం," అని గది బయటకి వెళ్ళాడు. తలుపు దగ్గరకి లాగాడు బలంగా. ఆటో-లాక్ అయింది తలుపు.

అరుణ చేతులు చూసుకుంది. బరుక్కుపోయాయి.

ఆమె ఉన్న గది మొదటి ఫ్లోర్లో ఉంది.

వాష్ రూం లోపలికి వెళ్లింది.

వాష్ రూంలో కిటికీ ఉంది. కిటికీలో గాజు పలకలు వాలుగా బిగించిన ఫ్రేముంది. అక్కడ్నించి నిన్న బయటకి చూసింది. కిటికీని ఆనుకుని బాదం చెట్టు కొమ్మలున్నాయి. బలమైన కొమ్మని కిటికీ వైపుకి లాగుతోంది నిన్నట్నించీ. కొమ్మలు చేతులతో లాగిన రాపిడికి చేతులు బరుక్కుపోతున్నాయి.

తను అక్కడ్నించి తప్పించుకోవాలి. పోలీస్ స్టేషన్లో కంప్లయింట్ లాడ్జ్ చెయ్యాలి. FIR రెడీ కావాలి. సిస్టరు థెరేశ హత్య కేసు కోర్టుకి తీసుకు రావాలి. కేసు గెలవాలి. భగవంతరావుని అరెస్ట్ చేయించాలి.

గాజు పలకలు తీసింది. నిన్నటిన్నించీ లాగుతున్న కొమ్మని పట్టుకుంది. కిటికీలోకి తల దూర్చింది. భుజాలు, నడుం దాకా బయటికి వెళ్లింది. కొమ్మని రెండు చేతుల్తో బలంగా పట్టుకుని ఒక్కొక్క అంగుళమే తనని బయట వైపుకి లాక్కుంది.

ఉన్నట్టుండి అరుణ ముందు వైపుకి జారిపోయింది. పట్టు తప్పింది. కొమ్మలని ఒరుసుకుంటూ కిందకి వచ్చి పడింది. నుదురు, నడుం, భుజాలు, మోకాళ్లూ మోచేతులూ గీరుకుపోయాయి. భగవంతరావుని జైల్లో పెట్టించాలి అన్న కసితో లేచింది.

అధ్యాయం 13

'జాగృతి' టీవీ పై పరువు నష్టం దావా కేసు

కోర్టు ప్రాంగణం. జనం, "భగవంతరావు జిందాబాద్" అని నినాదాలు చేస్తున్నారు. కోర్టులో గేలరీస్ కిటకిటలాడిపోతున్నాయి.

రూలింగ్ పార్టీ హై కమాండ్ పార్టీ పరిశీలకుల్ని కోర్టుకి పంపించింది.

లాయరు మాధవరావు బెనర్జీతో, "అవతలి పార్టీ లాయరు ప్రశ్నలకి, 'క్లైమాక్స్' మదన్ దర్శకత్వం వహించలేదు. అందుకు ఆధారం నా లాయరు కోర్టుకి ఇస్తారు' అని చెప్పు," అన్నాడు. బెనర్జీ తలుపాడు.

బెనర్జీ దూరంగా అశోక్, అపూర్వలని చూశాడు. బెంబేలెత్తి పోయాడు. కేసు ఎటు తిరిగి ఎటు వెళ్తోందో అర్థం కాలేదు. నీళ్ళు నమిలి లాభం లేదనుకున్నాడు. ఇప్పుడు నిజం తప్పకుండా చెప్పాలి. ఆవేశంగా మాధవరావు, భగవంతరావుల దగ్గరకి వెళ్ళాడు. అశోక్, అపూర్వలని చూపించి "సార్! ఆ ఇద్దరూ నన్ను కలిశారు. 'బిలియనైర్' కథ చెప్పారు. ఆ కథనే మదన్ సారు 'బిలియనైర్' సినిమాగా తీసి తన పేరు వేసుకున్నాడు," అని ఆగాడు బెనర్జీ.

భగవంతరావు తిక్క కోపంతో, "ఒరే! ఎబ్రాసీ! ఈ విషయం ముందే ఎందుకు చెప్పి చావలేదు? ఇప్పుడు చెప్పి ఏం లాభం?" అని అరిచాడు.

"వీళ్ళు కోర్టుకి వస్తారు అని నేననుకోలేదు సార్. వీళ్ళు వచ్చారంటే 'బిలియనైర్' సినిమా ప్రస్తావన తెస్తారు. మదన్ మోసగాడని జడ్జికి చెప్తారు. నేను వేసిన పరువు నష్టం కేసుకి కౌంటర్ వాదన తెస్తారు. వాళ్ళా రూట్లో వస్తే మనకి మంచిదే. రాఘవకి కబురు పెడదాం," అన్నాడు బెనర్జీ.

"రాఘవ ఎవడు?" విసుగ్గా కోపంగా అడిగాడు భగవంతరావు.

సూరి, నెల్సన్, సాగర్, మాధవరావు సంభాషణ వింటున్నారు కుతూహలంగా.

"రాఘవ కథల దొంగ సార్!" బెనర్జీ జవాబిచ్చాడు.

"కథల దొంగా? అంటే? త్వరగా చెప్పు," భగవంతరావుకి చిర్రెత్తుకొస్తోంది.

"అశోక్, అపూర్వ రచయితలు. సినిమాకి కథలు రాశారు. నా అసిస్టెంట్ రాఘవ ఇద్దర్నీ తీసుకొచ్చాడు. కథలు విన్నాను. 'బిలియనైర్' అనే కథ నచ్చింది. యాభై వేలు అడ్వాన్సు ఇచ్చా. వీళ్ళ కథ మదన్ ప్రొడక్షన్స్ కొన్నట్టు ఒప్పందం రాసుకున్నాం! కిటుకంతా ఒప్పందం రాసుకున్న డాక్యుమెంటు లోనే ఉంది సార్!" అన్నాడు బెనర్జీ.

"ఏం కిటుకు? త్వరగా చెప్పి చావు," భగవంతరావు అన్నాడు చికాగ్గా.

"డాక్యుమెంట్లో మదన్ సారు నకిలీ ఎడ్రసు రాశా. నకిలీ కేవైసి జతచేశా. మదన్ సార్ సంతకం ఫోర్జరీ చేశా. అశోక్, అపూర్వల సంతకాలు, వాళ్ళ కేవైసి తప్పించి అన్నీ నకిలీవే.

"భవిష్యత్తులో వాళ్ళు మదన్ సారు మీద లీగల్ కేసు వేస్తే, నకిలీ ఎడ్రస్, నకిలీ కేవైసి, ఫోర్జరీ సంతకం ఉన్న నకిలీ ఒప్పంద పత్రం బయట పెడతాం.

"వాళ్ళు మోసపూరిత పత్రం సృష్టించారంటాం. ఎదురు దాడి చేస్తాం! నకిలీ పత్రాలు తయారు చేసి, సెలబ్రిటీస్‌ను బ్లాక్ మెయిల్ చేసే ఘరానా ముఠా అని రుజువు చేస్తాం.

"అంతే కాదు. 'బిలియనైర్' సినిమా రిలీజు తర్వాత రాబోయే తేదీని అగ్రిమెంట్లో రాశాం.

"బిలియనైర్' సినిమా రిలీజు అయిన తర్వాతే డాక్యుమెంటును రిజిస్ట్రేషన్ చేశాం.

"అన్ని రుజువులూ వాళ్ళకి వ్యతిరేకంగా సృష్టించాం.

"అశోక్, అపూర్వల దగ్గర ఆ డాక్యుమెంటు ఫోటోకాపీ ఉంది. కోర్టులో చూపిస్తారు. వాళ్ళ గొయ్యి వాళ్ళే తవ్వుకోబోతున్నారు." అన్నాడు బెనర్జీ.

మాధవరావు అడిగాడు, "అగ్రిమెంటు రిజిస్టర్ అయిందా? అవకపోతే కోర్టులో చెల్లదు!"

"రాఘవ మొన్నీమధ్యే రిజిస్టరు చేశాడు!"

"ఒరిజినల్ డాక్యుమెంటు ఎవరి దగ్గరుంది?" మాధవరావు ఆత్రంగా అడిగాడు.

"రాఘవ దగ్గరుంది. ఇక్కడికి రమ్మన్నాను వాడ్ని," అన్నాడు బెనర్జీ.

"ఆ నకిలీ పత్రం తయారు చేసింది అశోక్, అపూర్వ అని వాళ్ళ మీద కోర్టులో దాడి చేస్తాం అంటున్నావ్. అంటే ఒరిజినల్ డాక్యుమెంటు ఎవరి దగ్గరుండాలి?" మాధవరావు ప్రశ్నించాడు.

"అశోక్, అపూర్వ దగ్గరుండాలి," అన్నాడు బెనర్జీ వినయంగా నవ్వుతూ.

"కానీ ఒరిజినల్ నీ అసిస్టెంట్ రాఘువ దగ్గరుంది. అది మనం కోర్టుకి చూపిస్తే, జడ్జి అడిగే మొదటి ప్రశ్న, "మహాశయా! ఈ డాక్యుమెంట్ మీ చేతిలోకి ఎలా వచ్చింది?' అని. ఏం చెప్తాం?" అన్నాడు మాధవరావు.

"అది చెప్దామనే నేను ఇప్పుడు మీ దగ్గరకి పరిగెత్తుకు వచ్చా. రాఘువ, అశోక్, అపూర్వ ఒకే గ్యాంగ్ అంటాం. రాఘువ మనం ఏం చెప్పమంటే అదే చెప్తాడు కోర్టులో. రాఘువ మన వాడు.

"రాఘువ కోర్టులో, 'నేనూ, అశోక్, అపూర్వ మదన్ ప్రొడక్షన్స్ లో కలిసి పని చేశాం. 'బిలియనైర్' సినిమా కథని మదన్ ప్రొడక్షన్స్ కి మేం ముగ్గురం అమ్మినట్టు నకిలీ ఒప్పంద పత్రం తయారు చేశాం. సినిమా హిట్ అయితే, ఆ ఒప్పందం చూపించి మదన్ ని బ్లాక్ మెయిల్ చేద్దాం అనుకున్నాం,' అని సాక్ష్యం చెప్తాడు. అవసరమైతే రాఘువ జైలుకి కూడా వెళ్తాడు. వాడికి మంచి నజరానా ముట్ట చెప్తాం. ఇంత కథ ఉంది," కళ్ళల్లో చమత్కారమైన మెరుపుతో చెప్పాడు బెనర్జీ.

"మీరు నాకంటే పెద్ద 420ల్లా ఉన్నారు కదరా. అందుకే మా నాన్న సినిమా వాళ్ళతో పెట్టుకోకు అనేవాడు," అన్నాడు భగవంతరావు.

"రాఘువ ఎక్కడున్నాడో చెప్పు," అని గద్దించాడు సూరి.

"మదన్ సారుని మీ మనుషులు కిడ్నాప్ చేసిన రోజునుంచీ, ఆయన అసిస్టెంట్సయిన మేమంతా ఫోన్లు స్విచ్ ఆఫ్ చేసి తలో దిక్కున దాక్కున్నాం. పెద్దమ్మ గుడి కాడ లచ్చమ్మ మీల్స్ మెస్ పక్కనే రాఘువ గది. ఇదిగో వాడి ఫోటో," అని మొబైల్ ఓపెన్ చేశాడు బెనర్జీ.

'నెల్సన్! రాఘువని పట్రా!" అన్నాడు భగవంతరావు.

"ఆ అవసరం రాదన్నా! అవతలి పార్టీ లాయర్ 'బిలియనైర్' ప్రస్తావన కోర్టులో తీసుకొస్తాడు. ఆ నకిలీ డాక్యుమెంటు ఫోటో కాపీనే రుజువుగా చూపిస్తాడు. మరొక ఆధారం లేదు వాళ్ళ దగ్గర. అంతవరకూ నాదీ గారంటీ. ఆ పత్రం చూపించిన వెంటనే నా చేతిలో చిక్కినట్టే వాళ్ళు. ఆడేసుకుంటా వాళ్ళతో. కుడితిలో పడ్డ ఎలకల్లా గిలగిలా కొట్టుకుంటారు. మనం గెలవటం ఖాయం," అన్నాడు బెనర్జీ విశ్వాసంగా.

"నీ దగ్గర ఆ నకిలీ పత్రం ఫోటో కాపీ ఉందా?" మాధవరావు అడిగాడు.

"ఓ! ఇదిగోనండి సారూ!" బెనర్జీ బ్యాగు లోంచి ఫోటో కాపీ తీసి మాధవరావుకి ఇచ్చాడు.

మాధవరావు ఫోటో కాపీని క్షుణ్ణంగా చదివాడు.

"రాఘువ ఎప్పుడు రమ్మంటే అప్పుడు కోర్టుకి వస్తాడు కదా!" అన్నాడు మాధవరావు.

"ఆల్ రెడీ రమ్మని మెసేజ్ పెట్టా. దారిలో ఉంటాడు," అన్నాడు బెనర్జీ.

"వాడ్ని వెనక్కి పొమ్మను. కోర్టుకి ఇప్పుడు రావద్దని చెప్పు. వాడ్ని బయట తిరగవద్దని చెప్పు. మిగతా చక్రం నే తిప్పుతా!" అన్నాడు మాధవరావు.

"సరే సార్!" అని బెనర్జీ రాఘువకి వాట్సప్ మెసేజ్ పంపించాడు.

"మనకి ఈ 'బిలియనైర్' సినిమా గొడవ ఎందుకు? మదన్ 'క్లైమాక్స్' దర్శకుడు కాదు అని రుజువు చేయటానికి నెంబర్ వన్ సాక్ష్యం నీ చేతుల్లో పెట్టాను కదా!" అన్నాడు భగవంతరావు మాధవరావుతో.

"అవును. పరువు నష్టం కేసులో మనం గెలవటం ఖాయం. కానీ, ఈ బెనర్జీ ఇప్పుడు చెప్పిందాన్ని బట్టి చూస్తే, అవతలి పార్టీని చచ్చేటంత ఇరకాటంలో పడేసే అవకాశం ఉంది మనకి," అన్నాడు మాధవరావు కోర్టులోకి వెళ్తూ.

కోర్టు ప్రారంభమయింది.

ఛైర్మను పింగళరాజు అపూర్వ లేక అశోక్ ఆ కేసులో ప్రాతినిధ్యం వహించాలని నిర్ణయించాడు. ఇద్దర్నీ తాత్కాలిక అడ్మిన్ ఆఫీసర్లుగా పదోన్నతి కల్పించాడు.

శంభులింగం అపూర్వని ప్రవేశపెట్టాడు.

బెనర్జీ జాగృతి టీవీ పై వేసిన పరువు నష్టం దావా కేసులో వాదన ప్రారంభం అయ్యింది:

ముందుగా మాధవరావు అపూర్వని క్రాస్ ఎగ్జామిన్ చేశాడు.

"నా క్లయింట్ బెనర్జీ మదన్ ప్రొడక్షన్స్ లిమిటెడ్ లో పదేళ్లుగా డైరెక్టర్. నాతో జరిగిన సంఘటన చెప్పారు. అది వివరిస్తా.

"సిస్టర్ థెరేశ హత్యని భగవంతరావు చేసినట్టుగా అశోక్, మీరు కలిసి కథ రాశారు. ఆ కథని వెబ్ సిరీస్ గా తియ్యాలని 'జాగృతి' టీవీ నిర్ణయించింది. దర్శకత్వం వహించమని మదన్ మీద వత్తిడి తీసుకువచ్చింది. మదన్ నీతినియమాలకి కట్టుబడిన వ్యక్తి. ఒత్తిడికి తలొగ్గలేదు. ఆ పరిస్థితిలో మీరిద్దరూ 'క్లైమాక్స్' వెబ్ సిరీసుకి దర్శకత్వం వహించారు. ఆ మేరకు మీరిద్దరూ 'జాగృతి' టీవీతో ఒప్పందం చేసుకున్నారు. 'క్లైమాక్స్' వెబ్ సిరీస్ రిలీజ్ చేశారు. 'క్లైమాక్స్' భగవంతరావు యధార్థగాధ అని ప్రచారం చేశారు. ఆ ప్రచారానికి విశ్వసనీయత తీసుకురావటానికి మదన్ అనుమతి లేకుండా 'జాగృతి' టీవీ అతని పేరు వాడుకుంది. అతన్ని కిడ్నాప్

చేసి నువ్వే దర్శకుడివి అని ఒప్పుకోమని చిత్రహింసలు పెట్టింది. సమయానికి భగవంతరావుగారు మదన్ ప్రాణాలు కాపాడారు. ఈ నిజాల్ని లైవ్ ప్రెస్-మీట్ లో మదన్ స్వయంగా చెప్పారు. మీరేమంటారు?"

"ఏమైనా సాక్ష్యం ఉంటే కోర్టుకి ఇవ్వండి. మీరు కోర్టుని నమ్మించాలి. నన్ను కాదు," అంది అపూర్వ.

గ్యాలరీ నవ్వులతో గొల్లుమంది!

"సాక్ష్యం ఉంది మేడమ్. లేకేం. నిక్షేపంగా ఉంది," అన్నాడు మాధవరావు అవమానాన్ని దిగమింగుకుంటూ.

భాస్కర్ పది కోట్లు తీసుకుని భగవంతరావుకి అందచేసిన రిజిష్టర్డు ఒప్పంద పత్రం ఒరిజినల్ కోర్టు ముందు పెట్టాడు.

జడ్జి ఒప్పందం చదివి అపూర్వని ప్రశ్నించాడు "క్లైమాక్స్'కి మీరు, అశోక్ దర్శకులు అని క్లియర్ గా ఉంది ఈ పత్రంలో. మీరేమంటారు?"

శంభులింగం జడ్జి దగ్గరకి వెళ్ళాడు. డాక్యుమెంటు తీసుకుని పరిశీలించాడు. "యువరానర్! ఈ డాక్యుమెంట్లో రాసిన ఎడ్రస్లు అశోక్, అపూర్వలవి కావు. సంతకాలు వాళ్ళవి కావు. వాళ్ళ వాస్తవ కేవైసి పత్రాలు ఇవిగో,"అన్నాడు.

మాధవరావు నుదిటిపై చెమట చిమ్మింది. భగవంతరావుకి లోయలోకి జారిపోతున్న భావన కలిగింది. పది కోట్లు తీసుకుని భాస్కర్ ఇచ్చిన ఒరిజినల్ డాక్యుమెంట్ అది. భాస్కర్ మోసం చేశాడా?

నిజానికి భాస్కర్ భగవంతరావుని మోసం చెయ్యలేదు.

'జాగృతి' టీవీతో ఒప్పందం చేసుకుంటున్నప్పుడు, అశోక్, అపూర్వ నకిలీ కేవైసి పత్రాలు ఇచ్చారు. వాళ్ళ సంతకాలు ఉద్దేశ్యపూర్వకంగా వేరే విధంగా పెట్టారు. భాస్కర్‌కి తెలియని నిజం అది.

శంభులింగం ఇచ్చిన కేవైసి పత్రాలు జడ్జి పరిశీలించాడు. తన ముందు అపూర్వ చేత సంతకం అప్పుడు పెట్టించాడు. రెండూ పోల్చాడు. "ఒప్పంద పత్రంలో ఉన్న చిరునామాలకీ, ఈ కేవైసిలో ఉన్న చిరునామాలకి పోలిక లేదు. అపూర్వ సంతకం కలవలేదు," అన్నాడు.

జడ్జి మాధవరావు కేసి చూసి, "నాదొక ప్రశ్న! 'జాగృతి' టీవీ అశోక్, అపూర్వతో అయిన ఒప్పంద పత్రం 'జాగృతి' టీవీ ఆఫీసులో ఉండాలి. మీ చేతికి ఎలా వచ్చింది?" అని ప్రశ్నించాడు.

"యువరానర్! 'జాగృతి' టీవీ జనరల్ మేనేజర్ భాస్కర్ ఈ మధ్య రాజీనామా చేశారు. 'జాగృతి' చేస్తున్న మోసాలు గ్రహించి, ఆయన కలత చెందారు. ఈ డాక్యుమెంటు తన స్వయం హస్తాలతో ఆయన తెచ్చిచ్చారు భగవంతరావుగారికి. 'భగవంతరావు వంటి ప్రజాసేవకులు విషపూరిత ప్రచారాలకి బలి కాకూడదని ఆ పని చేశాను' అన్నారు భాస్కర్! 'మీరే కోర్టులో వెయ్యండి' అని ఆయనతో చెప్పాం. అయితే 'జాగృతి' టీవీతో న్యాయపోరాటం చేసే శక్తి తనకి లేదన్నాడు."

జడ్జి శంభులింగం వైపు చూసి, "భాస్కర్ అనే అతను 'జాగృతి' టీవీ నుంచి ఈ మధ్య రాజీనామా చేశారా?"

"అవును," అన్నాడు శంభులింగం.

జడ్జి శంభులింగంతో, "క్లైమాక్స్' మదన్ దర్శకత్వం వహించాడు అని మీ వాదన. అందుకు మీ దగ్గర సాక్ష్యం ఉందా?" అన్నాడు.

శంభులింగం జడ్జికి విన్నవించాడు: "యువరానర్, నా క్లయింటు అపూర్వ ఇంతకు ముందే మదన్ చేతిలో మోసపోయింది," అని ఆగి బోనులో బెనర్జీ కేసి చూశాడు.

బెనర్జీ మాధవరావు కేసి చూసి 'నేచెప్పలే! 'బిలియనైర్' సినిమా సంఘటన లోడుతారని!' అన్నట్టు కళ్ళు తిప్పాడు.

శంభులింగం కంటిన్యూ చేశాడు, "నా క్లయింటు అపూర్వ రచయిత. 'బిలియనైర్' అనే కథని రాశారు. ఆ కథని దొంగిలించి, మదన్ సినిమాగా తీశారు అనటానికి ఆధారం ఉంది. కోర్టుకి ఇవ్వటానికి అనుమతి కోరుతున్నా," అని అర్థించాడు.

జడ్జి శంభులింగంతో, "'క్లైమాక్స్' వెబ్ సిరీస్ కి మదన్ దర్శకుడా? కాదా ? ఆ విషయం మాత్రమే మీరు ప్రస్తావించండి," అన్నాడు.

"యువరానర్! మదన్ అబద్ధాలకోరు అని నిరూపించటానికి 'బిలియనైర్' సినిమా ప్రస్తావన తెచ్చాను. ఆ రుజువు కోర్టుముందు ప్రవేశపెడతాను." అన్నాడు శంభులింగం మరోసారి.

జడ్జికి సహనం పోయింది. అసహనంగా, "'క్లైమాక్స్' దర్శకుడు మదన్ అని మీ దగ్గర రుజువు ఉందా? లేదా?" అని అడిగాడు.

"యువర్ ఆనర్! క్లైమాక్స్' కథతో 'జాగృతి' టీవీని మదన్ సంప్రదించాడు. దర్శకత్వం చేస్తా అన్నాడు. వ్రాతపూర్వకమైన ఒప్పందం అయింది. రెండు ఎపిసోడ్స్ దర్శకత్వం వహించాడు. రెండో ఎపిసోడ్ రిలీజ్ అయింది. అప్పుడు హరిశ్చంద్ర అనే రిటైర్డ్ డిజిపి హత్య చేయబడ్డాడు. ఆ హత్యలో భగవంతరావు ప్రమేయం ఉందని

ప్రజల నమ్మకం. తన ప్రాణాలకు ముప్పు అని మదన్ భయపడి, 'క్లైమాక్స్' వెబ్ సిరీస్ దర్శకత్వం చెయ్యను అన్నాడు. "క్లైమాక్స్'కి దర్శకత్వం వహించకపోతే 'జాగృతి' టీవీ ఒప్పుకోదు. దర్శకత్వం చేస్తే, భగవంతరావు ప్రాణాలు తీస్తాడు.

"రెండు ఎపిసోడ్స్ దర్శకత్వం వహించి, మదన్ పరారీ అయ్యాడు.

"మిగిలిన ఎపిసోడ్స్ని దర్శకత్వం వహించే బాధ్యతని అశోక్, అపూర్వలకి అందించారు 'జాగృతి' టీవీ." అని శంభులింగం చెప్పటం ఆపాడు.

"మదన్ తో వ్రాతపూర్వకమైన ఒప్పందం కుదిరింది అన్నారు. ఆ ఒప్పందం చూపించండి," అన్నాడు జడ్జి.

"యువర్ ఆనర్! ఒప్పందం కాపీలు ఇప్పుడు లేవు. ఒప్పంద పత్రం రిజిస్టర్ చేసుకునే లోపలే ఒక ఇబ్బంది వచ్చింది. కితం వారం, 'జాగృతి' టీవీ ఆఫీసులోకి కొన్ని అసాంఘిక శక్తులు దాడి చేసి కీలకమైన పత్రాలు దొంగిలించారు. 'జాగృతి' టీవీ పోలీసు స్టేషన్లో కంప్లయింట్ చేసింది పత్రాలు దొంగిలించబడ్డాయి అని. ఆ రుజువుంది," అన్నాడు శంభులింగం.

జడ్జి అన్నాడు: "మదన్ 'క్లైమాక్స్' కి దర్శకుడు అని జాగృతి ఛానెల్ తరపు లాయరు శంభులింగం వద్ద రుజువు లేదు. రుజువు దొంగిలించబడింది అంటున్నారు. ఆ ఒప్పంద పత్రం దొంగతనం అయింది అన్న ఫిర్యాదుని పరిశోధించమని పోలీసులని ఆదేశిస్తున్నా.

"'క్లైమాక్స్' వెబ్ సిరీస్ ని అశోక్, అపూర్వలు దర్శకత్వం వహించారంటూ ఒక ఒప్పంద పత్రం కోర్టు ముందు ఉంచారు మాధవరావు.

"అది నకిలీ ఒప్పంద పత్రం అని కోర్టు నమ్ముతోంది. నకిలీ పత్రాలతో కోర్టుని నమ్మించాలని ప్రయత్నించినందుకు వాది టెనర్జీ IPC సెక్షన్ 193 కింద శిక్షార్హుడు. అయితే ఆ పత్రాన్ని ఫోరెన్సిక్ నిపుణుల పరిశీలనకి ఇవ్వాలని ఈ కోర్టు నిర్ణయించింది. ఫోరెన్సిక్ రిపోర్టు వచ్చిన తర్వాత తీర్పు చెప్పబడుతుంది."

శంభులింగం లేచి, "యువర్ ఆనర్! నా క్లయింట్ అపూర్వ మదన్, టెనర్జీల చేతిలో మోసపోయారు. 'బిలియనైర్' సినిమా అపూర్వ రాసిన కథ. ఆ సంఘటన కోర్టుకి వివరించటానికి అనుమతి ఇవ్వవలసిందిగా కోరుతున్నా!" అన్నాడు.

"నో! 'బిలియనైర్' సినిమాకి, ఈ పరువు నష్టం దావా కేసుకి ముడి పెట్టకండి. పర్మిషన్ నాట్ గ్రాంటెడ్," అన్నాడు జడ్జి.

వాదన ముగిసిపోవటం గమనించి అపూర్వ ఆందోళన పడింది. గ్యాలరీస్ లో కూర్చున్న అశోక్ ఆదుర్దాగా గోళ్ళు కొరుక్కుంటున్నాడు.

కోర్టులో 'బిలియనైర్' ప్రస్తావన తీసుకురావటానికి జడ్జి ఒప్పుకోవటం లేదు. మదన్, బెనర్జీలు చేసిన మోసాన్ని రుజువుతో సహా కోర్టు ముందు ఉంచే అవకాశం చేజారిపోతోంది. అపూర్వ శంభులింగం వైపు చూసి, మరొక్కసారి జడ్జిని అడగమని సూచన చేసింది. శంభులింగం పెదవి విరిచాడు.

అదే సమయంలో, 'బిలియనైర్' సినిమా ప్రస్తావన కోర్టులో వస్తే బాగుండు అని బెనర్జీ తపన పడుతున్నాడు. అశోక్, అపూర్వ నకిలీ పత్రాలు సృష్టించే ముఠా అని రుజువు చెయ్యాలని అతనికి ఉబలాటంగా ఉంది.

జడ్జితో అన్నాడు, "యువర్ ఆనర్! అపూర్వ, అశోక్ నా దగ్గర అసిస్టెంట్ దర్శకులుగా పని చేశారు. 'బిలియనైర్' సినిమా విషయమై వాళ్ళు చేసిన మోసం కోర్టు ముందు ఉంచే అవకాశం ఇవ్వవలసిందిగా ప్రార్థిస్తున్నా."

"మీరు జాగృతి టీవీపై వేసిన పరువు నష్టం కేసుకీ, ఆ సినిమాకి సంబంధం ఏమిటి?" జడ్జి అడిగాడు.

లాయరు మాధవరావుకి ప్రాణం లేచొచ్చింది. జడ్జి ప్రశ్నకి సమాధానం చెప్పాలి. తను కలగచేసుకోవాలి అని నిర్ధారించాడు. పరువు నష్టం దావా కేసులో దాదాపు ఓడిపోయినట్టే. ఓడిపోతే, భగవంతరావుకి తీరని నష్టం. 'క్లైమాక్స్' వెబ్ సిరీస్ ద్వారా సిస్టర్ థెరేశా హత్య భగవంతరావే చేశాడని జాగృతి ఛానెల్ చేస్తున్న ప్రచారాన్ని అడ్డుకోవాలి. అది కట్టు కథ అని రుజువు చేసినప్పుడే, 'సిస్టర్ హత్యని భగవంతరావు చెయ్యలేదు, ఆమె 'జాగృతి' టీవీ వ్యాన్ కింద పడి చనిపోయింది' అనే తన వాదనకి పస ఉంటుంది. శంభులింగం ఇప్పుడే కోర్టులో చెప్పాడు. 'జాగృతి' టీవీ 'క్లైమాక్స్' దర్శకత్వ బాధ్యతని అశోక్, అపూర్వలకి అప్పచెప్పింది అని. ఆ బాధ్యత తీసుకున్న ఇద్దరూ ఎంత మోసగాళ్లో రుజువు చెయ్యాలి. అలా రుజువు చెయ్యటానికి 'బిలియనైర్' సినిమా కథ కేసులో పూర్తి స్థాయిలో అవకాశం ఉంది. వాళ్ళు మోసగాళ్ళు అని రుజువయితే చాలు! 'క్లైమాక్స్' ప్రచారం చప్పబడుతుంది. భగవంతరావు ఊపిరి పీల్చుకుంటాడు. 'బిలియనైర్' సినిమా గొడవని జడ్జికి వినిపించాలి. అశోక్, అపూర్వ రాఘవతో కలిసి నకిలీ ఒప్పంద పత్రాలని తయారు చేసే దొంగల ముఠా అని కోర్టుకి తెలియపరచవలసిన అవసరం తప్పక ఉంది అని మాధవరావు గ్రహించాడు.

జడ్జితో అన్నాడు:

"యువర్ ఆనర్! సంబంధం ఉంది. ఇప్పుడు జరుగుతున్న 'క్లైమాక్స్' రభసకి ఆరంభం 'బిలియనైర్' సినిమానే," అన్నాడు.

"అయితే, మీరు వేసిన పరువు నష్టం దావా ముసాయిదాలో 'బిలియనైర్' ప్రస్తావన ఉందా?" ప్రశ్నించాడు జడ్జి.

"లేదు," అన్నాడు మాధవరావు.

"అయితే 'బిలియనైర్' అంశం ఇప్పుడు చర్చించటం కోర్టు సమయం వృథా చెయ్యటం అవుతుంది," జడ్జి విసుగ్గా అన్నాడు.

"యువర్ ఆనర్, ఈ అపూర్వ 'జాగృతి' టీవీ తరఫున ప్రాతినిధ్యం వహిస్తోందని కోర్టుకి వచ్చాకే నాకు తెలిసింది. ముందు తెలిసుంటే, ఖచ్చితంగా ముసాయిదాలో ప్రస్తావించేవాడ్ని. నాకు ఒక అవకాశం ఇమ్మని కోర్టుని అర్థిస్తున్నా. 'క్లైమాక్స్' వెబ్ సిరీస్ వల్ల నా క్లయింట్ భగవంతరావుపై దుష్ప్రచారం జరుగుతోంది. 'జాగృతి' టీవీ 'క్లైమాక్స్' దర్శకత్వ బాధ్యతని అశోక్, అపూర్వలకి అప్పచెప్పింది అని ఇప్పుడే లాయరు శంభులింగం మీముందు అన్నారు. ఆ ఇద్దరూ నకిలీ పత్రాలు తయారు చేసే దొంగల ముఠా అని ఈ కోర్టుకి తెలియాల్సిన అవసరం ఉంది," అన్నాడు మాధవరావు.

జడ్జి కొద్ది క్షణాలు శంభులింగం, అపూర్వ, మాధవరావు, బెనర్జీల కేసి తరచి చూశాడు. "బిలియనైర్' సినిమా వ్యవహారంలో వాదన లంచ్ బ్రేక్ తరువాత ప్రారంభం అవుతుంది. కోర్టుని మొదట అనుమతి కోరిన శంభులింగం తన వాదన ముందు వినిపిస్తారు," అన్నాడు.

భగవంతరావు మాధవరావుని మెచ్చుకోలుగా చూశాడు.

అధ్యాయం 14

బిలియనైర్ సినిమా కథపై వాదన

లంచ్ బ్రేక్ తర్వాత కోర్టు సమావేశం అయ్యింది.

బెనర్జీ బోనులో నించున్నాడు. అపూర్వ మరొక వైపు బోనులో నించుంది.

బిలియనైర్ కేసు వాదన

శంభులింగం వాదన ప్రారంభం చేశాడు. బెనర్జీని ప్రశ్నించాడు, "మీరు ఇంతకు ముందు అపూర్వని కలిశారా?"

"నేను ఆమెని కలవలేదు. ఆమే నన్ను కలిసింది. ఆమెతో పాటు అశోక్ అనే ఆమె బోయ్ ఫ్రెండును తీసుకొచ్చింది. మదన్ ప్రొడక్షన్స్ లో అసిస్టెంట్ డైరెక్టర్స్ గా చేరాలని ఇద్దరూ తరచూ వచ్చి ప్రాధేయ పడేవాళ్లు. అవకాశం ఇచ్చాను. వాళ్ళ ప్రవర్తన నచ్చలేదు. కథలు దొంగతనం చేసి తెచ్చేవారు. మా కంపెనీలో దొంగతనం చేశారు. నేను వాళ్ళని వెళ్లగొట్టాను. ఆ కక్షతో ఈ అపవాదు వేశారు," అన్నాడు బెనర్జీ.

"ఏమిటా దొంగతనం?"

"మా లాయరు మాధవరావు గారు తగిన సాక్ష్యాధారాలతో కోర్టుకి వివరిస్తారు మరి కొద్ది సేపట్లో. ముందు మీ ప్రశ్నలు కానివ్వండి," అన్నాడు బెనర్జీ.

"అపూర్వ కథనే 'బిలియనైర్' సినిమాగా మదన్ తీశారని నా ఆరోపణ. మీ సమాధానం?"

"అలా ఒప్పందం చేసుకున్నట్టు, డాక్యుమెంటు చూపించండి, ప్లీజ్" అన్నాడు బెనర్జీ హేళనగా.

ముఫై ఆరు పళ్ళు బయట పెట్టి నవ్వుతూ మాధవరావు వైపు చూసి, 'ఇప్పుడా నకిలీ ఒప్పందం చూపిస్తారు. ఇరుక్కుంటారు' అని సైగ చేశాడు.

శంభులింగం జడ్జి వైపు తిరిగి, ఒక కవరు తీసి, "యువరానర్! మా దగ్గరున్న ఆధారం రిజిస్టర్డు పోస్టు కవరు. తను రాసిన 'బిలియనైర్' కథ ఒక కాపీని తన సొంత చిరునామాకి రిజిస్టర్డు పోస్టు చేసుకుంది అపూర్వ. రిజిస్టర్డు పోస్టు తేదీ, 'బిలియనైర్'

సినిమా సెన్సారు బోర్డుతో రిజిస్టరు అయిన తేదీ, సినిమా రిలీజు అయిన తేదీల కంటే ముందు ఉండటం కోర్టువారిని గమనించవలసిందిగా కోరుతున్నా. కవరు ఓపెన్ చేసి లేదు. రిజిస్టర్డు పోస్టు రశీదు జత చేయడమైనది," అంటూ కవరుని కోర్టుకి సమర్పించాడు.

బెనర్జీ అవాక్కయ్యాడు. అతనిలో చలనం లేదు.

మాధవరావు తల పట్టుకున్నాడు.

రాజకీయ లబ్ధి పొందుదామని కోర్టుకి తన అనుచరగణంతో వచ్చిన భగవంతరావు మీద పిడుగు పడ్డట్టయింది!

రూలింగ్ పార్టీ హై కమాండ్ మనుషులు కోర్టులో ప్రొసీడింగ్స్ చూస్తున్నారు. మాధవరావు తల పట్టుకోవడం చూశారు.

పరారీలో ఉండి, కేసుని టీవీ వార్తా ఛానెల్స్ ద్వారా ఫాలో అవుతున్న మదన్ టెన్షన్ గా టీవీ చూస్తున్నాడు అప్ డేట్స్ కోసం.

జడ్జి రిజిస్టర్డు కవరుని పరిశీలించాడు. స్వయం హస్తాలతో చింపాడు. అందులోని స్క్రిప్టు కాగితాలని తీసి పరిశీలించాడు.

శంభులింగం వాదన ముగించాడు: "యువర్ ఆనర్! బెనర్జీ 'జాగృతి' టీవీపై వేసిన పరువు నష్టం దావా చెల్లదు. నకిలీ పత్రంతో కోర్టుని మోసం చెయ్యాలని బెనర్జీ ప్రయత్నం చేశాడు. రెండు ఎపిసోడ్స్ దర్శకత్వం చేసి మదన్ 'క్లైమాక్స్' ప్రాజెక్ట్ వదిలేశాడు. తీరని నష్టం కలుగజేశాడు. నష్ట పరిహారం కింద పాతిక కోట్లు మదన్ 'జాగృతి' టీవీకి కట్టాలి. 'బిలియనైర్' సినిమా కథ పూర్తి కాపీరైటు హక్కులు అపూర్వకి మంజూరు కావాలి. ఈ అభ్యర్ధనలతో నా వాదన ముగిస్తున్నాను."

జడ్జి మాధవరావుతో, "మీరు చెప్పుకునేది ఏమైనా ఉందా?" అన్నాడు.

ఆ అవకాశం ఎప్పుడు లభిస్తుందా అని మాధవరావు ఎదురు చూపులు చూస్తున్నాడు.

"యువరానర్! అపూర్వని ప్రశ్నించటానికి అనుమతి కోరుతున్నా!" అన్నాడు మాధవరావు.

"పర్మిషన్ గ్రాంటెడ్," అన్నాడు జడ్జి.

మాధవరావు బోనులో ఉన్న అపూర్వ వద్దకు నడిచి, "మీరు బెనర్జీని కలిశారా?"

"మొదట్నించీ అదే మొత్తుకుంటున్నాను! కలిశాను. ఆయన కబురు పెడితే, నేనూ, అశోక్ వెళ్ళాం. 'బిలియనైర్' కథ చెప్పాను," అంది అపూర్వ.

"ఎన్ని రోజులు మీరిద్దరూ నా క్లయింట్ ఆఫీసుకి వెళ్లారు?"

"మూడు నెలలు!"

"రోజూ ఆఫీసులో ఏం చేశారు?"

"ఈ టెనర్జీ ప్రొడ్యూసర్ లా నటించాడు. కథ విన్నాడు. యాభై వేలు అడ్వాన్స్ ఇచ్చాడు. దర్శకుడు చారి అనే అతనితో పరిచయం చేశాడు. రోజూ స్క్రీన్ ప్లే, కాస్టింగ్, లొకేషన్స్ వగైరా ప్రీ-ప్రొడక్షన్ వర్క్ చేసుకున్నాం. అంతే! ఒకరోజు ఆఫీసు తాళం వేసుంది. టెనర్జీ, చారి అందరూ మిస్సింగ్. మళ్ళీ ఇదిగో ఈ రోజే ఈ టెనర్జీని చూడటం," అంది అపూర్వ.

"బిలియనైర్' స్క్రిప్ట్‌ని మీ సొంత చిరునామాకి ఎప్పుడు రిజిస్టర్డు పోస్టు చేసుకున్నారు?"

"కథ నచ్చింది అని టెనర్జీ అడ్వాన్స్ ఇచ్చిన రోజునే నా కథని నాకే రిజిస్టర్డ్ పోస్టు చేసుకున్నాను," అంది అపూర్వ.

"అంటే టెనర్జీని మీరు నమ్మలేదు అనే కదా!"

"అవును. అతన్ని నమ్మాలని రూల్ లేదు కదా! మా జాగ్రత్త మేం తీసుకున్నాం."

"అంత జాగ్రత్త తీసుకునే మీరు వ్రాతపూర్వకమైన ఒప్పందం ఎందుకు చేసుకోలేదు?"

"టెనర్జీ పడనీయలేదు. తొందర పెట్టాడు. చాకచక్యంగా మమ్మల్ని స్క్రీన్ ప్లే పనిలోకి దింపేశాడు. అవకాశాల కోసం ఎదురుచూస్తున్న మేం 'ఒప్పందం చేసుకుందాం' అని పట్టుబట్టలేకపోయాం."

"ఈ ఫోటోకాపీ చూడండి. మదన్ ప్రొడక్షన్స్ 'బిలియనైర్' సినిమా కథని మీ దగ్గర కొన్నట్టు ఉంది ఈ పత్రంలో. ఈ పత్రంలో సంతకాలు మీవే కదా?"

అపూర్వ ఫోటోకాపీ చేతిలోకి తీసుకుని చూసింది.

ఆ పత్రంలో మదన్ సంతకం ఉంది. మదన్ కేవైసి వివరాలున్నాయి. మదన్ ఎడ్రస్ ఉంది. అవన్నీ నకిలీవే. రాఘువ, టెనర్జీ కలిసి ఆ పత్రం తయారు చేశారు. అందులో అశోక్, అపూర్వల సంతకాలు, కేవైసి వివరాలు, ఎడ్రస్లు వాస్తవమైనవి.

బెనర్జీ దురుద్దేశంతో అలా చేశాడని తన లాయరు శంభులింగం మొదటిసారి కలిసినప్పుడే చెప్పాడు. 'అవసరం వచ్చినప్పుడు మిమ్మల్ని నకిలీ పత్రాలు తయారు చేసే ముఠాగా చిత్రీకరిస్తారని' చెప్పాడు శంభులింగం. ఆ డాక్యుమెంటు వల్ల కేసు ఓడిపోతాం అన్నాడు.

"ఏమిటి అంతసేపు ఆలోచిస్తున్నారు? ఏ అబద్ధం చెప్తే అతుక్కున్నట్టు ఉంటుందో అని మధన పడుతున్నారా?" మాధవరావు వెటకారం చేశాడు.

"ఈ సంతకాలు మావి కావు," అంది అపూర్వ.

"థాంక్స్! చక్కని అబద్ధం చెప్పినందుకు. మీకు తెలుసో లేదో! ఒరిజినల్ డాక్యుమెంటు ఫోరెన్సిక్ నిపుణలకి ఇస్తే చెపుతారు సంతకాలు మీవో కావో? ఇంకో అవకాశం ఇస్తున్నా. నిజం చెప్పండి. సంతకాలు మీవా కావా?" గద్దించాడు మాధవరావు.

నిజానికి సంతకాలు తనవీ అశోక్ వే.

'సంతకాలు మీవే అని ఒప్పుకున్న రోజున కేసు ఓడిపోయినట్లే అని శంభులింగం వార్నింగ్ ఇవ్వటం గుర్తుంది అపూర్వకి. మొండిగా చెప్పింది, "సంతకాలు మావి కావు,"

"డాక్యుమెంట్లో ఉన్న చిరునామాలు మీవేనా?"

"అవి మావే! మా ఎడ్రస్ ఈ ఫోటో కాపీలోకి ఎలా వచ్చిందో ఆశ్చర్యంగా ఉంది" అంది అపూర్వ.

"మీరు నటిస్తున్న ఆశ్చర్యం చూస్తే నాకు ఆశ్చర్యంగా ఉంది. ఎంత నటన? ఇంకెవరిదైనా పేరు గుర్తుకు వస్తోందా!" మాధవరావు ప్రశ్న మార్చాడు.

"ఇంకో ఇద్దరు ముగ్గురు అప్పుడప్పుడు వచ్చి స్క్రీన్ ప్లే వర్కులో కలిసేవారు. వాళ్ళ పేర్లు గుర్తులేవు!"

"అంతేనా?"

"అంతే!"

"రాఘువ పేరు చెప్పదలుచుకోలేదా?"

"రాఘువ బెనర్జీని జస్ట్ పరిచయం చేశాడు. అందుకే అతని పేరు చెప్పలేదు," అంది అపూర్వ.

"రాఘువ, అశోక్, మీరూ కలిసి పని చేశారు మదన్ ప్రొడక్షన్స్ లో. అవునా కాదా?"

"అతను మాతో పని చెయ్యలేదు," అంది అపూర్వ.

మాధవరావు జడ్జి కేసి తిరిగి, "యువరానర్! అపూర్వ, అశోక్, రాఘువ! వీళ్ళు ముగ్గురూ ఒకే గ్యాంగ్! చాలా తెలివిగా పథకం వేశారు. జరిగిన విషయం కోర్టుకి విన్నవిస్తాను.

"అశోక్, అపూర్వ సోషల్ మీడియా మేనేజ్‌మెంట్ లో పోస్ట్ గ్రాడ్యుయేట్స్. సాధన గ్రూపులో జూనియర్ ఎగ్జిక్యూటివ్లుగా ఉద్యోగం చేశారు. మితిమీరిన అప్పులు చేశారు. వాయిదాలు కట్టలేక అవస్థలు పడేవాళ్లు. డబ్బు కావాలి. అడ్డ దారులు తొక్కారు. క్రమశిక్షణ లేక 'సాధన' గ్రూపులో ఉద్యోగం పోగొట్టుకున్నారు. తర్వాత బెనర్జీని కలిసి, మదన్ ప్రొడక్షన్స్ లో అసిస్టెంట్ డైరెక్టర్లుగా పని అడిగారు. వాళ్ళ గురించి తెలియక, బెనర్జీ వాళ్ళకి అవకాశం ఇచ్చిన మాట నిజం.

"మదన్ ప్రొడక్షన్స్ ప్రతిష్టాత్మక చిత్రం 'బిలియనైర్' సెట్స్ మీద ఉన్న టైమ్ అది. వంద కోట్ల బడ్జెట్ ఉన్న సినిమా. ఆ కథ యూనిట్లో పని చేసిన అశోక్, అపూర్వ స్క్రిప్ట్ కాపీని తస్కరించి తమ సొంత ఎడ్రస్ కి రిజిస్టర్డు పోస్టు చేసుకున్నారు.

"రాఘువ వీళ్ళ తోడు దొంగ. వాడ్ని కూడా తమ తోటి రచయిత అని బెనర్జీకి పరిచయం చేశారు. రాఘువ మంచి చేతి వాటం ఉన్న దొంగ. వాడు మదన్ కేపైసి పత్రాలు, ఆఫీసు రబ్బర్ స్టాంపులు దొంగతనం చేశాడు. 'బిలియనైర్' కథని మదన్ ప్రొడక్షన్స్ కి ముగ్గురూ అమ్మినట్టు నకిలీ ఒప్పందం సృష్టించాడు. మదన్ సంతకం ఫోర్జరీ చేశాడు. మదన్ నకిలీ కేపైసి జత చేసి ఒప్పంద పత్రం రిజిస్ట్రేషన్ చేయించాడు. మదన్ ని బ్లాక్ మెయిల్ చేసి డబ్బులు గుంజాలని వాళ్ళ పథకం.

"నకిలీ ఒప్పంద పత్రం రెడీ చేసుకుని, బెనర్జీ దగ్గర ముగ్గురూ పని మానేశారు.

"రబ్బర్ స్టాంపులు, కేపైసి లు ఎలా పోయాయి అని మదన్, బెనర్జీ CCTV ఫుటేజ్ చెక్ చేశారు. రాఘువ దొంగతనం చెయ్యటం చూశారు. రాఘువ కోసం గాలిస్తున్నారు బెనర్జీ మనుషులు. రాఘువ నిన్నే దొరికాడు. వాడి బ్యాగ్ లో ఈ ఫోటో కాపీ ఉంది. 'మదన్ ప్రొడక్షన్స్ కి బిలియనైర్ కథ ముగ్గురూ అమ్మినట్టు కల్పిత పత్రం ఇది. రాఘువ ఒప్పుకున్నాడు ఒరిజినల్ డాక్యుమెంటు ఎక్కడుందో బహిర్గతం చెయ్యటానికి. బహిర్గతం చేస్తే, అశోక్, అపూర్వ తన ప్రాణాలు తీస్తారని భయపడుతున్నాడు.

"ఈ పరిస్థితిలో కోర్టుకి నా వినతి. నా క్లయింట్ బెనర్జీ, రాఘువ ఉన్న చోటుకి పోలీసులని తీసుకెళ్తాడు. పోలీసులు రాఘువని తమ కస్టడీలోకి తీసుకుని, ఈ నకిలీ

ఒప్పంద పత్రం ఒరిజినల్ ని స్వాధీనపరుచుకోవలసిందిగా ప్రార్థన," అని తన వాదన మాధవరావు ముగించాడు.

శంభులింగం అపూర్వ వైపు చూశాడు. 'చెప్పాను కదా! ఆ నకిలీ ఒప్పంద పత్రాన్ని సమయం చూసి వాడతారు అని!' అన్నట్టు సైగ చేశాడు.

ఇరుపక్షాల వాదనలు విని, జడ్జి తీర్పు చెప్పాడు: "బిలియనైర్' కథ అపూర్వ రాసుకున్న కథ అని ఆమె తరఫు లాయరు ప్రవేశపెట్టిన రిజిస్టర్డు పోస్టు సాక్ష్యం ఈ కోర్టు బలమైన సాక్ష్యంగా స్వీకరించింది. అందులోని స్క్రిప్ట్ ని చదివి, కోర్టు తగిన నిర్ణయం తీసుకుంటుంది.

"లాయరు మాధవరావు ఒక ఫోటోకాపీని చూపించి, అశోక్, అపూర్వ, రాఘువలు మదన్ ప్రొడక్షన్స్ ని మోసం చెయ్యాలని నకిలీ ఒప్పందం తయారు చేశారని వాదించారు. ఒరిజినల్ ఒప్పంద పత్రాన్ని కోర్టులో ప్రవేశపెట్టడానికి రాఘువని పోలీసు కస్టడీలోకి తీసుకోమన్నారు.

"నిజానికి, రాఘువ దొరికిన వెంటనే, అతన్ని పోలీసు కస్టడీకి అప్పచెప్పవలసిన బాధ్యత బెనర్జీపై ఉంది. అందుకు కోర్టు ఆదేశాలు అవసరం లేదు. ఇది బాధ్యతారాహిత్యంగా కోర్టు పరిగణిస్తోంది.

"అయితే ఇప్పుడు, రాఘువ ప్రాణాలకి రక్షణ కల్పించవలసిన అవసరం ఈ కోర్టు గుర్తించింది. పోలీసులు రాఘువని కలిసి, ఒప్పంద పత్రం ఒరిజినల్ ని స్వాధీనపరచుకుని, రాఘువని కోర్టు ముందు హాజరు పరచవలసిందిగా ఆదేశించడమైనది. అంతవరకూ కేసు వాయిదా వేస్తున్నా."

మాధవరావు, బెనర్జీ, భగవంతరావు, అతని అనుచరులు కోర్టు బయటికి వచ్చారు.

భగవంతరావుకి ఫోనులో మెసేజు వచ్చింది. అతనికి నోట మాట రాలేదు. దిక్కు తోచలేదు. కోర్టులో చూశాడు. హై కమాండ్ పంపించిన పార్టీ పరిశీలకులు అక్కడ లేరు. హై కమాండ్ మంత్రి పదవి నుంచి నిన్ను బర్తరఫ్ చెయ్యవచ్చు అని అతనికి మెసేజ్ వచ్చింది. ఆ రోజు కేసు గెలవటం గ్యారంటీ అని భగవంతరావు హై కమాండుతో చెప్పాడు. అయితే, అపూర్వ సాక్ష్యాన్ని కోర్టు బలమైన సాక్ష్యంగా గుర్తించింది. పైగా, కేసు వాయిదా పడింది.

భగవంతరావు డీలా పడటం చూసి మాధవరావు అన్నాడు, "రాఘువ దగ్గరున్న డాక్యుమెంటు చాలు. ఆ ఒక్క డాక్యుమెంటు మనల్ని ఒడ్డున పడేస్తుంది."

రాఘువని పోలీసులకి చూపించటానికి బెనర్జీ వెళ్ళాడు. రాఘువ పెద్దమ్మ గుడి దగ్గర లచ్చుమ్మ మిల్స్ మెస్ పక్క రూం లో దాక్కున్నాడు. అక్కడికి చేరారు. రాఘువ అక్కడ లేడు!!

కోర్టు జడ్జిమెంటు బయటకి పొక్కగానే టీవీ ఛానెల్స్ లో 'బ్రేకింగ్ న్యూస్' ఫ్లాష్ అయినాయి. దర్శకుడు మదన్ 'బిలియనైర్' సినిమా కథని దొంగతనం చేశాడని అపూర్వ ప్రవేశపెట్టిన సాక్ష్యాన్ని కోర్టు బలంగా నమ్ముతోంది అని.

మదన్ న్యూసు చూసి, హతాశుడయ్యాడు. పరువు, ప్రతిష్ఠ పాతాళంలోకి పోయాయి అని విలపించాడు. సోషల్ మీడియాలో అతని మీద ట్రోలింగ్ ఉప్పెనలా విరుచుకుపడింది. తన జీవితం అంధకారంలోకి జారిపోయిందని అర్థమైంది.

ఆఖరి ఆశ ఒక్కటే అతనికి.

బెనర్జీకి వాట్సప్ మెసేజు పెట్టాడు.

"నా ఫోర్జరీ సంతకం, నా నకిలీ కేవైసితో మనం తయారు చేసుకున్న నకిలీ పత్రం కోర్టులో రాఘువ చేత వేయించు. లాయర్ని పెట్టుకో. అశోక్, అపూర్వ రాఘువతో కలిసి నన్ను మోసం చెయ్యాలని ప్రయత్నం చేశారని నిరూపించు. అప్పటిదాకా నేను ప్రపంచానికి మొహం చూపించలేను" అని.

రెండు బ్లూ టిక్కులు పడ్డాయి. బెనర్జీనుంచి సమాధానం లేదు.

వాట్సప్ కాల్ చేశాడు. బెనర్జీ రిప్లై ఇవ్వలేదు. రాఘువకి కాల్ చేశాడు. 'నాట్ రీచబుల్' అని మెసేజ్ వచ్చింది.

శంభులింగం, పింగళరాజు, అశోక్, అపూర్వ కోర్టులోంచి బయటకు వచ్చారు.

పింగళరాజు అశోక్, అపూర్వలని ప్రశ్నించాడు: "నా టీవీతో మీరు కుదుర్చుకున్న ఒప్పందానికి మీరిచ్చిన కేవైసి పత్రాలు నకిలీవి. మీ సంతకాలు మార్చి పెట్టారు. ఈ విషయం ఈ రోజే నాకు తెలిసింది. నాకు వివరణ కావాలి!"

"సార్! అపూర్వా, నేనూ మదన్, భగవంతరావుల నేరాలు బయట పెట్టాలని, ఈ వెబ్ సిరీసు ప్లాను చేశాం. పెద్ద సాహసం చేశాం. ఈ ఆటలో మోసపోతే బయట పడటానికి మేం తీసుకున్న జాగ్రత్త ఇది! భాస్కర్ చేసిన మోసం నుంచి అందుకే మనమంతా బయటపడగలిగాం!" అన్నాడు అశోక్.

చైర్మను పింగళరాజు మౌనంగా గంభీరంగా విన్నారు.

శంభులింగం అశోక్, అపూర్వలతో అన్నాడు: "రాఘవ నకిలీ పత్రం ఒరిజినల్ ని కోర్టులో ఇస్తాడు. మీ ఇద్దరూ అతనూ కలిసి మదన్ ప్రొడక్షన్స్ మీద కుట్ర పన్నాం అని కోర్టులో అబద్ధం చెప్తాడు. గట్టి సాక్ష్యం ఉంది. కోర్టు నమ్ముతుంది. ఎట్టి పరిస్థితిలోనూ, ఆ నకిలీ పత్రంపై సంతకాలు మీరే పెట్టారని ఒప్పుకోవద్దు."

అధ్యాయం 15

సిస్టర్ థెరేశ హత్య కేసు

'సిగ్నేచర్ సాట్' భగవంతరావు పెగ్గు మీద పెగ్గు తాగుతున్నాడు. అతని మనసు రగిలిపోతోంది.

కోర్టు నుంచి వస్తూనే, అరుణ చేత ఎలాగైనా పూర్తి నిజం కక్కించాలని, ఆమెని నిర్బంధించిన గదిలోకి వెళ్ళాడు.

గదిలో అరుణ కనిపించలేదు. వాష్ రూంలో చూశాడు. నేల మీద గాజు పలకలు కనిపించాయి. బాదం కొమ్మ కిటికీ లోపలికి చొచ్చుకొచ్చి ఊగుతోంది.

అరుణ తప్పించుకుంది. భగవంతరావు భీకరంగా అరిచాడు.

నెల్సన్, సూరి, సాగర్ ప్రత్యక్షమయ్యారు. అరుణ తప్పించుకుందని తెలిసి దిగ్భ్రాంతి చెందారు వాళ్ళు.

"అశోక్, అపూర్వ, అరుణ, జాహ్నవి ప్రాణాలతో ఉండకూడదు." భగవంతరావు ద్వేషంతో రగిలిపోతూ అన్నాడు.

"'జాగృతి' టీవి వాళ్ళకి గట్టి సెక్యూరిటీ ఏర్పాటు చేసింది," అన్నాడు నెల్సన్.

"ఎవరీ అశోక్, అపూర్వ?" భగవంతరావు అందరి కేసి చూస్తూ అడిగాడు.

అక్కడే ఉన్న సాధన గ్రూపు సిఈఓ మీమాంసలో పడ్డాడు.

కొన్ని నెలల కితం వాళ్ళిద్దరూ సాధన గ్రూపులో పనిచేశారని, గ్రూపులో అవకతవకలు 'దిక్సూచి'లో పోస్టు చేశారని, కట్టడి చెయ్యాలని వాళ్ళని తప్పుడు కేసుల్లో ఇరికించానని, ఉద్యోగంలోంచి డిస్మిస్ చేశానని, రేవ్ పార్టీ వీడియోని స్వాధీనపరుచుకోవటానికి రౌడీలని పెట్టి హతం చెయ్యటానికి పథకం వేశాననీ అప్పుడు చెప్పి లాభం ఉందా లేదా అని సందేహించాడు.

"కొన్ని నెలలు మన గ్రూపులో పని చేసి మానేశారు సార్!" అన్నాడు క్లుప్తంగా.

అపూర్వ 'జాగృతి' టీవీ స్టూడియో నుంచి వార్తలు చదువుతోంది.

"'క్లైమాక్స్' వెబ్ సిరీస్ సమాజంలో అశాంతిని పెంచుతోంది' అంటూ ఆ సిరీస్ ని నిషేధించాలని పిఐఎల్ వేశారు భగవంతరావు అభిమాన సంఘం. పిటిషన్ అసంబద్ధంగా ఉందని పిఐఎల్ ని కోర్టు స్వీకరించటానికి తిరస్కరించింది."

"ముఖ్యమైన వార్త. మంత్రి భగవంతరావుని అధిష్టానం రాజీనామా చెయ్యమంది. భగవంతరావు తిరుగుబాటు చేసినట్టు వార్త. అతన్ని బర్తరఫ్ చేస్తూ, గవర్నరుకి సిఫార్సు వెళ్లింది"

"అప్ డేట్స్ కోసం చూస్తూనే ఉండండి. తాజా వార్తలు అందించే 'జాగృతి'! నిప్పులాటి నిజాన్ని మీముందుంచే ఒకే ఒక శక్తి!"

ప్రకటనల తర్వాత అపూర్వ వార్తలు కంటిన్యూ చేసింది.

"ఇప్పుడే అందిన సంచలన వార్త: ఫోనుని కోర్టుకి తీసుకురావటానికి అరుణ పోలీసు రక్షణ అడిగారు. పోలీసులు నిరాకరించటంతో, ఆమె కోర్టుని ఆశ్రయించారు. ఆమెకి ఎస్కార్ట్ గా వెళ్ళమని పోలీసు డిపార్ట్మెంట్ ని కోర్టు ఆదేశించింది. కొద్ది సేపటి కితం, ఆమె ఫోనుని కోర్టుకి అందచేశారు. ఆ తర్వాత, సిస్టరు థెరేశ హత్యని భగవంతరావు చేశారని అభియోగం చేస్తూ అరుణ కోర్టులో కేసు వేశారు"

వార్త వైరల్ అయింది.

"భగవంతరావు అరెస్టు దగ్గరపడింది"

"భగవంతరావు బర్తరఫ్ అయ్యాడట. రూలింగ్ పార్టీ మొదటిసారి విజ్ఞత ప్రదర్శించింది.' అని సోషల్ మీడియా గుమ్మెత్తిపోయింది.

భగవంతరావుకి ఏమీ పాలుపోక విస్కీ తాగుతున్నాడు.

బెనర్జీ 'జాగృతి' టీవీపై వేసిన పరువు నష్టం దావా కేసులో కోర్టు ఇచ్చిన గడువు తేదీ ముగిసింది. కోర్టు సిబ్బందికి లంచాలిచ్చి కేసు వాదనకి రాకుండా కేసు నెంబర్లు ముందు వెనుకలు చేయిస్తున్నారు భగవంతరావు అనుచరులు.

రాఘవ దగ్గరున్న ఒప్పంద పత్రం కోర్టులో ఇవ్వాలి. రాఘవ దొరకలేదు.

"రాఘవ ఎక్కడ?" బెనర్జీ కేసి చూసి పటాపటా పళ్ళు నూరుతూ అడిగాడు భగవంతరావు.

"ఇవ్వాళ వాడ్ని కలవటం గ్యారంటీ అన్నా! మీ మనుషులకి దొరికిపోతానేమో అనే ప్రాణ భయంతో వాడు ఒక్కచోట స్థిరంగా ఉండట్లే! ఒక చోట్నుంచి మరో చోటుకి

పరుగెడుతున్నాడు. దానికి తోడు మదన్ సారు కనపడట్లే కదా. వాడికీ నాకూ డబల్ టెన్షన్ గా ఉంది. మొన్న కీసర గుట్టలో ఉన్నాడని తెలిసింది. అక్కడకి వెళ్లారు మనోళ్ళు. ఈ పొద్దు సిటీకి వచ్చేసి బావమరిది ఇంట్లో దాక్కున్నాడని తెలిసింది. రాఘవకి మెసేజు పెట్టా. 'భగవంతరావు సారు మనోడురా. భయపడకు. పారిపోకు. ఒరిజినల్ అగ్రిమెంటు కోర్టులో వెయ్యాలి. నన్ను కలువు' అని," విన్నవించాడు టెనర్జీ.

మాధవరావు ధైర్యం చెప్పాడు, "సార్! దారులన్నీ మూసుకుపోలేదు. అవసరమైతే పై కోర్టుకి వెళ్దాం!"

అప్పటిదాకా మంత్రి పదవి ఉండాలి కదా! పదవి పోతే సర్వం పోయినట్టే! అనుకున్నాడు భగవంతరావు.

నెల్సన్ నీరసంగా వచ్చి, "అన్నా! అరుణ ఫోనుని హాస్పిటల్లో దాచిందట. అక్కడ్నుంచి పోలీసు రక్షణతో వెళ్లి ఫోనుని కోర్టుకి ఇచ్చిందట!"

భగవంతరావు కోపంగా, సూటిగా, తీక్షణంగా చూశాడు నెల్సన్, సూరి, సాగర్ ల వైపు. అతని చూపులో ఒకే ఒక్క ప్రశ్న కనపడింది.

"అరుణ కొలీగ్సుకి లక్షలు లంచాలు ఇచ్చాం. హాస్పిటల్లో ఫోను దాచటానికి సాధ్యం ఉన్న అన్ని చోట్లా వెతికించాం. మీరూ వెళ్ళి వెతికారు! హాస్పిటల్లో అంత రహస్యంగా ఇంకెక్కడ దాచిందిరా ఫోను?"

వాళ్ళు ముగ్గురూ సమాధానం చెప్పలేని ప్రశ్న అది.

భగవంతరావు మంత్రి పదవినుంచి తొలగించబడ్డాడు. పదవితో పాటు అధికారం పోయింది.

సైంధవుడిలా భగవంతరావు అడ్డుకున్న ప్రయత్నాలన్నీ దాటుకుని రెండు కేసులూ వాదనకి వచ్చాయి.

మొదటి కేసు

టెనర్జీ 'జాగృతి' టీవీ పై వేసిన పరువు నష్టం దావా కేసు.

ఆ కేసులో మాధవరావు వాయిదా అర్థించాడు. రాఘవ దగ్గరున్న ఒప్పంద పత్రాన్ని కోర్టుకి ఇవ్వటానికి గడువు అడిగాడు.

జడ్జి వాయిదా తిరస్కరిస్తూ అన్నాడు: "రాఘువ మీ కస్టడీలో ఉన్నాడన్నారు. అతడ్ని పోలీసు కస్టడీకి ఇవ్వటానికి అనుమతి ఇచ్చాను. పోలీసులు ఎస్కార్ట్ వచ్చారు. రాఘువ మీరు చెప్పిన చోట లేడు. కేసుకి వాయిదా తిరస్కరిస్తున్నా.

"ఆ కేసులో తీర్పు చెప్పటానికి అడ్డు ఒక్కటే. 'క్లైమాక్స్' వెబ్ సిరీస్ కి దర్శకత్వం వహించమని 'జాగృతి' టీవీ అశోక్ అపూర్వలతో ఒప్పందం చేసుకున్నారు' అని మీరు ప్రవేశపెట్టిన పత్రం నకిలీయా కాదా అని ఫోరెన్సిక్ నిపుణులు తేల్చాలి. ఆ రిపోర్ట్ రాలేదు. ఆ రిపోర్ట్ వచ్చాక తీర్పు వెల్లడి చేస్తాను."

అదే కేసులో, 'జాగృతి' టీవీకి జడ్జి ఆదేశం జారీ చేశాడు:

"మదన్ రెండు ఎపిసోడ్స్ మాత్రమే దర్శకత్వం చేశాడు అంది 'జాగృతి' టీవీ. త్వరలో 'క్లైమాక్స్' ముగింపు ఎపిసోడ్ రిలీజు చేసి, మిగతా ఎపిసోడ్స్ ఎవరు దర్శకత్వం వహించారో 'జాగృతి' టీవీ అధికారికంగా ప్రకటించాలి."

రెండో కేసు

సిస్టరు థెరేశ హత్యని భగవంతరావు చేశాడు అని అరుణ వేసిన కేసు.

సిస్టరు థెరేశాని భగవంతరావు హత్య చేశాడు అన్న అభియోగంతో, సాక్ష్యాధారాలతో అరుణ వేసిన కేసులో వాదన మొదలైంది.

మాధవరావు జడ్జికి విన్నవించాడు, "యువర్ ఆనర్! సిస్టరు థెరేశ వ్యాను కింద పడి చనిపోయారు. ఆ వ్యాను 'జాగృతి' టీవీది. ప్రత్యక్ష సాక్షులు వాంగ్మూలం ఇచ్చారు. పోలీసు డిపార్ట్మెంట్ కూడా ఆమె మృతిని రోడ్డు ప్రమాదంగా ధృవీకరించారు. ఈ రెండు సాక్ష్యాలు కోర్టుకి ఇచ్చాను. సిస్టర్ థెరేశ మరణానికి కారణమైన 'జాగృతి' టీవీపై తగిన చర్య తీసుకోవలసిందిగా నా ప్రార్థన."

అరుణ తరఫు లాయరు శంభులింగం తన వాదన వినిపించాడు, "భగవంతరావు సిస్టరు థెరేశాని హత్య చేశాడు. బలమైన ఆధారం ఉంది. సిస్టర్ని రివాల్వర్తో కాల్చాడు. ఆ సంఘటనని నా క్లయింట్ తన ఫోనులో వీడియో తీసింది. ఫోనుని కోర్టుకి ఇవ్వకుండా ఆపటానికి భగవంతరావు నా క్లయింటు వెంట పడ్డాడు. జాహ్నవిని కిడ్నాప్ చేశాడు. ఫోను ఇవ్వకపోతే జాహ్నవిని చంపేస్తానని బెదిరించాడు."

"అబ్జెక్షన్ యువరానర్! జాహ్నవి భగవంతరావు కూతురు. ఏ తండ్రి అయినా తన కూతుర్నే చంపేస్తా అని బెదిరిస్తాడా? ఈ వాదన కట్టుకథ అనటానికి ఇంతకంటే రుజువు లేదు!" అన్నాడు మాధవరావు.

జడ్జి శంభులింగం కేసి చూశాడు.

“భగవంతరావు జాహ్నవిని కిడ్నాప్ చేసి, తన స్నేహితుడు రిటైర్డ్ డిజిపి హరిశ్చంద్ర బంగళాలో దాచాడు,” అన్నాడు శంభులింగం.

“యువరానర్! ‘జాగృతి’ టీవీ మేనేజ్‌మెంట్ జాహ్నవిని హరిశ్చంద్ర బంగళాలో దాచింది. జాహ్నవిని గుప్పెట్లో పెట్టుకుని, అరుణ చేత తప్పుడు కేసులు వేయిస్తోంది,” మాధవరావు ఎదురేశాడు.

“యువర్ ఆనర్! భగవంతరావు, హరిశ్చంద్ర తోడు దొంగలు. వాళ్ళ మధ్య ఫోను కాల్స్ నడిచాయి. సెల్ ఫోను కాల్ డేటా కోర్టుకి ఇచ్చాను. ‘జాగృతి’ టీవీ వైపు నుంచి హరిశ్చంద్రకి ఒక్క ఫోను కాల్ లేదు,” అన్నాడు శంభులింగం.

“యువర్ ఆనర్! హరిశ్చంద్ర అనుమానాస్పద పరిస్థితులలో చనిపోయాడు. ఆ కేసులో...” మాధవరావు వాక్యాన్ని ముగించలేదు.

జడ్జి అడ్డుపడ్డాడు, “హరిశ్చంద్ర ఎలా చనిపోయాడు అన్నది ప్రశ్న కాదు. అది వేరే కేసు. అతనికీ మీ క్లయింట్ కీ మధ్య ఫోను కాల్స్ నడిచాయా?”

మాధవరావు మౌనం వహించాడు.

“అబ్జెక్షన్ ఓవర్ రూల్డ్,” అన్నాడు జడ్జి.

శంభులింగం తన వాదన ముగించాడు: “యువర్ ఆనర్! హత్యని షూట్ చేసిన ఫోను మరియు వీడియో క్లిప్పింగ్ ఒరిజినల్ అని ఫోరెన్సిక్ డిపార్ట్మెంట్ సర్టిఫికెటు ఇచ్చింది. అది కోర్టుకి ఇచ్చాను.

“సిస్టర్ థెరేశాని ఎంత అమానుషంగా భగవంతరావు హత్య చేశాడో కూలంకషంగా వివరించాను.

“సిస్టరు థెరేశాని హత్య చేసిన భగవంతరావుకి కఠిన శిక్ష విధించవలసిందిగా నా ప్రార్థన.”

మాధవరావు చివరగా అరుణకి మతిస్థిమితం లేదని ఆరోపణ చేశాడు. ఆమెని బోనులో నిలబెట్టి క్రాస్-ఎగ్జామిన్ చేశాడు. అతని పొంతనలేని ప్రశ్నలకి గాలరీస్ లో నవ్వులు వినిపించాయి.

జడ్జి బోనులో నించుని ఉన్న అరుణని అడిగాడు: “మీరు పని చేసే హాస్పిటల్లోనే ఫోను దాచారు. ఫోను కోర్టుకి తేవటానికి పోలీసు రక్షణ అడిగారు. కొన్ని నెలలుగా ఆ ఫోనుకి హాస్పిటల్లో ఏ రక్షణా లేదు కదా! మీరొక్కరే ఎలా రక్షించుకున్నారు?” జడ్జి ప్రశ్నని పూర్తి చేస్తూ, అటువైపు బోనులో నించుని ఉన్న భగవంతరావుని

గమనించాడు. 'నాకూ ఈ ప్రశ్నకే సమాధానం కావాలి,' అన్నట్టుగా నుదురు చిట్లించి, పెదవులు గుండ్రంగా చేసి, కళ్ళు అరుణ మీదే నిలిపిన భగవంతరావు సాక్షాత్కరించాడు జడ్జికి.

ఆ ప్రశ్నకి జవాబు చెప్పటం నాకు చాలా ఇష్టం అన్నట్టు సిద్ధంగా ఉన్న అరుణ బదులు చెప్పింది, "యువరానర్! నేను పేథోలజీ డిపార్ట్‌మెంటులో హెడ్ నర్సు. మార్చురీ సర్వీసు బాధ్యత కూడా నాదే. మార్చురీ పేథోలజీ డిపార్ట్‌మెంటుకి దూరంగా ఉంది.

"అక్కడ శవాల హాలు, కెమికల్సుతో ట్రీట్ చేసే గదులున్నాయి. శవాల హాలు వైపు ఎవ్వరూ రారు. అక్కడ బుర్ర తిరుగుతుంది. కడుపు తిప్పుతుంది. పొగ చూరినట్టు ఉంటుంది. అవన్నీ దాటాక నర్సు గది ఉంది. అనాథ శవాల అటాప్సీ రిపోర్టులు సంబంధిత ఫైల్లో ఉంచుతాను. ఆ కప్-బోర్డు తాళాలు నా అధీనంలో ఉన్నాయి. ఫోను అనాథ ఫైలులో దాచాను.

"భగవంతరావు మనుషులు హాస్పిటల్ స్టాఫ్ కొంతమందికి డబ్బులిచ్చి ఫోను కోసం హాస్పిటల్లో వెతికారు. పేథోలజీ డిపార్ట్‌మెంటులో నా టేబిలు, లాకరు, బీరువాలు వెతికారు. వాళ్ళ దృష్టి మార్చురీ పై పడలేదు."

జడ్జి అర్థమయింది అన్నట్టు తల పంకించాడు.

భగవంతరావు రగిలిపోతున్న ద్వేషంతో అరుణ వైపు చూస్తున్నాడు.

జడ్జి తీర్పు వెల్లడి చేశాడు: "ఇరుపక్షాల వాదనలు విని, సాక్ష్యాలు పరిశీలించడమైనది. హత్యని షూట్ చేసిన ఫోనునీ, ఆ వీడియోనీ ఫోరెన్సిక్ డిపార్ట్‌మెంటు 'ఒరిజినల్' అని ధ్రువపరిచింది. సిస్టరు థెరేశ హత్యని భగవంతరావు చేశాడని కోర్టు నమ్ముతోంది. ముద్దాయి భగవంతరావుకి సెక్షన్ 302 ఇండియన్ పీనల్ కోడ్ ఆధారంగా యావజ్జీవ కారాగార శిక్ష విధించడమైనది."

జనం కోర్టు విడిచి వెళ్లారు. సద్దుమణిగింది.

భగవంతరావు తీర్పు విన్నాడు. అరుణ, అశోక్, అపూర్వల దగ్గరకి నడిచాడు. "ఇల్లు అలకగానే పండగ కాదు. పదవి పోయిన రాజకీయనాయకుడి పగ ఎలా ఉంటుందో రుచి చూపిస్తా. అరుణా! జాహ్నవికి రోజులు లెక్కపెట్టుకో," అన్నాడు కసిగా. ఆ హెచ్చరిక విన్న అరుణ కంగారు పడింది.

లాయరు మాధవరావు భగవంతరావు ఆగ్రహం ఉపశమించేలా, "భగవంతరావు సార్! మీకో విశేషం చెప్పాలి," అని అశోక్, అపూర్వల కేసి చూసి,

"వీళ్ళిద్దరూ రాఘవతో కలిసి కల్పించిన నకిలీ ఒప్పంద పత్రం నా చేతికొచ్చింది. కేసు తిరగ తోడుతా. ఇక్కడితో 'జాగృతి' టీవీ కథ, వీళ్ళ కథా ముగిసినట్టే!"

అశోక్, అపూర్వ తనవైపే ఆశ్చర్యంతో చూస్తున్నట్టు గ్రహించి, "ఏమిటలా ఇద్దరూ బిత్తరపోయి చూస్తున్నారు! రాఘవ దొరికాడు. జైలుకి వెళ్ళటానికి రెడీగా ఉండండి," అన్నాడు పరిహాసంగా.

భగవంతరావుని పోలీసులు అదుపులోకి తీసుకున్నారు.

అధ్యాయం 16

క్లైమాక్స్

వాన వెలిశాక మెరిసే గులాబీ రేకులా ప్రసన్నంగా, ప్రశాంతంగా ఉంది కోర్టు ప్రాంగణం. అపూర్వ, అశోక్, అరుణ కోర్టులోంచి బయటికి వచ్చారు. వేపచెట్టు కింద నిల్చున్నారు.

అరుణ సిస్టర్ థెరేశ హత్య కేసు గెలిచింది. అశోక్, అపూర్వలకి కృతజ్ఞతలు తెలియచేసింది.

మాధవరావు వాళ్ళ ముందునుంచి కారు పార్కింగు వైపు వెళ్తున్నాడు ముగ్గురి వైపు ఈసడింపుగా చూస్తూ.

మాధవరావు పార్కింగులో బెనర్జీని కలిశాడు. "రాఘువని రేపు తీసుకు రా. పిటిషన్ తయారు చేస్తా. పై కోర్టులో కేసు వేద్దాం!" అన్నాడు.

బెనర్జీ తలుపాడు.

బెనర్జీ అరుణ, అశోక్, అపూర్వలని చూశాడు. అతనికి అసహనం తారస్థాయికి చేరింది. విసురుగా నడుచుకుంటూ వచ్చాడు ముగ్గురూ ఉన్న చోటుకి. వాళ్ళ కేసి కోపంగా చూసి, "రాఘువ డాక్యుమెంటును పోలీసులకి ఇచ్చాడు. మీరు త్వరలో జైలు ఊచలు లెక్కపెడతారు," అంటూ పళ్ళు పటపటా కొరికాడు.

బెనర్జీ పార్కింగులో ఉన్న తన కారు దగ్గరకి తిరిగి వచ్చాడు. రాఘువకి వాట్సప్ మెసేజు పెట్టాడు, "*రాఘువా! నన్ను నమ్ము. భగవంతరావు మనకి అపకారం చెయ్యడు. ఇప్పుడే జైలుకి వెళ్ళాడు. మనకి ప్రాణ భయం తగ్గినట్టే. అతని మనుషులకి 'రాఘువ ఇదిగో వస్తాడు, అదిగో వస్తాడు' అని అబద్ధాలు చెప్తున్నా! 'అక్కడున్నావు, ఇక్కడున్నావు' అని ఆ ఊరూ ఈ ఊరూ వాళ్ళని తోలుతున్నా! నువ్వు ఒరిజినల్ డాక్యుమెంట్ తీసుకుని రా! ఆ డాక్యుమెంటు వాళ్ళ మొహం మీద కొట్టి, ఇద్దరం బయట పడొచ్చు. భయపడకు. నీ ప్రాణాలకు నా ప్రాణం అడ్డు. నీ స్వార్థం నువ్వు చూసుకోకు! నువ్వు డాక్యుమెంటు ఇవ్వకపోతే నా ప్రాణాలు పోతాయి. ప్లీజ్! త్వరగా రా! ఎన్ని మెసేజులు పెట్టినా జవాబు ఇవ్వవేం? ఒరిజినల్ డాక్యుమెంట్ అర్జెంటుగా కావాలి. డాక్యుమెంట్ రిజిస్టరు చేయించావా లేదా?!*"

అతని మెసేజుకి ఒక్క టిక్కే పడింది.

టెనర్జీ దిగులుగా కారెక్కి వెళ్లిపోయాడు.

అరుణ కోర్టు ప్రాంగణం విడిచి వెళ్తున్న టెనర్జీ కారు కేసి చూస్తూ అశోక్, అపూర్వలతో అంది: "ఆల్ ఈజ్ వెల్ దట్ ఎండ్స్ వెల్ అన్నారు. కానీ కోర్టులో నేను టెన్షన్ అయ్యాను. *'నువ్వు ఫోను దాచిన ఫైలు ఎవరిది?'* అని జడ్జి అడుగుతారేమోనని భయపడ్డా.

"మీరు పరిచయం అయ్యేంతవరకూ, నా శ్రేయోభిలాషి పాస్టర్ లియో దగ్గర ఫోను దాచాను. మీ ఇద్దరి సలహా మేరకు, ఫోను అక్కడ్నించి మార్చాం. ఫెరారీ ప్రమాదం కేసులో చనిపోయిన అతని ఫైల్లో పెట్టాను.

"ఆ కేసులో నేనే పిటిషనర్ని. అందువల్ల, ఆ ఫైలు మా సర్జను కస్టడీలో మాత్రమే ఉండాలని కోర్టు ఆంక్ష విధించింది. ఫెరారీ కేసు మరుగున పడింది. సర్జను ఫైలుని నా చేతికిచ్చి, 'దీన్ని నా డెస్క్ లో కాపాడలేక ఛస్తున్నా! నీ దగ్గరే ఉంచు,' అన్నారు." అరుణ చెప్పటం ఆపింది. అశోక్, అపూర్వ శ్రద్ధగా వింటున్నారు.

అరుణ ఇద్దరి వైపు చూసి, "అదే సమయంలో మీరిద్దరూ ఫోనుని ఆ ఫైలులో దాచమన్నారు. ఫోనుని ఫెరారి కేసు ఫైలులో దాచాను. ఫెరారీ కారు ప్రమాదం వల్లే మనం కలిశాం. ఆ ఫైలంటే మనకి ఏదో సెంటిమెంటు. *'అత్యంత రహస్యమైన స్థలం మార్చురీ అని ఆ ఫైలే దారి చూపించింది!'* అనేది అపూర్వ. అపూర్వా! అవునా?" అని అరుణ కుతూహలంగా అడిగింది.

అపూర్వ అవునన్నట్టు తల ఊపుతూ అశోక్ కేసి చూసింది.

అశోక్ మొహం మీద సన్నని నవ్వు.

"*'రాఘవ డాక్యుమెంటును పోలీసులకి ఇచ్చాడు. మీరు త్వరలో జైలు ఊచలు లెక్కపెడతారు'* అన్నాడు టెనర్జీ. రాఘవ ఎవడు!" అరుణ అడిగింది.

"రాఘవ!? మమ్మల్ని టెనర్జీ దగ్గరకి తీసుకెళ్లినవాడు రాఘవ. టెనర్జీతో కలిసి మా కథ కొట్టేసినవాడు. మమ్మల్ని మోసం చేసినవాడు," అపూర్వ చెప్పటం ఆపి అశోక్ కేసి సాలోచనగా చూసింది.

అశోక్ కంటిన్యూ చేశాడు, "అరుణగారూ! రోడ్డు దాటుతూ ఫెరారీ ఢీ కొడితే ప్రమాదంలో చనిపోయింది ఎవరో కాదు! అతనే రాఘవ! ఆ ప్రమాదంలో దురదృష్టవశాత్తూ చనిపోయాడు. రోడ్డు మీద పడి ఉన్న అతన్ని చూసి నేనూ అపూర్వ నిశ్చేష్టులయ్యాం. మాకు అయోమయం అయిపోయింది.

"బిలియనైర్' కథ కేసులో, మదన్ మీద మేం కేసు పెయ్యబోతున్నాం. రాఘువ కూడా ఆ కేసులో నిందితుడు. రాఘువకి ప్రమాదం చేయించింది మేమే అని కేసు మాపైకి తిరగబడొచ్చు. అందుకే ఎవరికీ చెప్పుకోలేకపోయాం.

"రాఘువ దురదృష్టవశాత్తూ ప్రమాదంలో చనిపోయి, మీరు ఫోను దాచుకునేందుకు ఫైలయ్యాడు. క్లైమాక్స్ దాకా ఫోనుకి కాపలా కాశాడు! భగవంతరావు ఈ కేసు తిరిగి తోడలేడు. రాఘువ భగవంతుడి దగ్గరకి చేరాడు."

అరుణ నిర్ఘాంతపోయి చూసింది.

"మరి రాఘువ దగ్గరుండిపోయిన ఒరిజినల్ డాక్యుమెంటు?" గాభరగా అడిగింది అరుణ.

"ప్రమాదం జరిగిన రోజున, రాఘువ చేతిలో ఒరిజినల్ డాక్యుమెంటు ఉంది. డాక్యుమెంటు రిజిస్టరు చేయించటానికే అక్కడకి వచ్చి ఉండాలి అతనారోజు. రోడ్డు దాటితే రిజిస్ట్రారు ఆఫీసుంది. రాఘువ అటువైపే వెళ్తున్నాడు. ఫెరారి అతన్ని ఢీ కొట్టింది. డాక్యుమెంటు రోడ్డు మీద పడింది. మా చేత చిక్కింది.

"అదే టైంలో మీరు పరిచయమయ్యారు. సిస్టర్ థెరేశ హత్య కథ చెప్పారు.

"ఓ క్రైమ్ స్టోరీని వెబ్ సిరీసుగా రాయాలని మేం తపన పడుతున్న రోజులవి. మాకు లంకె బిందెలు దొరికినట్టయింది. సిస్టర్ థెరేశ హత్య కథకీ, మేం మదన్ చేతిలో మోసపోయిన కథకీ లంకె వేశాం. 'క్లైమాక్స్' వెబ్ సిరీసుకి శ్రీకారం చుట్టాం," అన్నాడు అశోక్.

లక్షల కోర్టు కేసులు వీక్షించిన వేపచెట్టు హర్షధ్వానాలతో రివ్వున వీచింది.

అరుణ అపూర్వని గాఢంగా కౌగలించుకుని, "మీరిద్దరూ సూపర్! మీరు ఈ సక్సెస్ సెలబ్రేట్ చేసుకోవాలి. ఇద్దరూ ఒక ఇంటి వాళ్ళుకండి. పెళ్లి భోజనం పెట్టించండి," అంది.

"త్వరలోనే మిమ్మల్ని ఆహ్వానిస్తాం," అంది అపూర్వ సంతోషంగా.

"మీ ధైర్యానికి, సహకారానికి చాలా థాంక్స్," అన్నాడు అశోక్ అరుణతో.

రెండు వారాల తర్వాత టెనర్జీ వేసిన పరువు నష్టం దావా కేసు వాదనకి వచ్చింది.

అశోక్, అపూర్వలు 'క్లైమాక్స్' దర్శకులని టెనర్జీ కోర్టులో ప్రవేశ పెట్టిన ఒప్పంద పత్రం నకిలీ పత్రం అని ఫోరెన్సిక్ డిపార్ట్మెంట్ ధ్రువపరిచింది. నకిలీ పత్రాలతో కోర్టుకి

తప్పుడు ఆధారాలు చూపించినందుకు IPC సెక్షన్ 193 కింద బెనర్జీకి రెండు సంవత్సరాల జైలు శిక్ష విధించింది కోర్టు.

పోలీసులకి రాఘవ ఆచూకీ దొరకలేదు. 'అశోక్, అపూర్వ, రాఘవ కలిసి, బిలియనైర్' స్క్రిప్టుని మదన్ ప్రొడక్షన్స్ కి అమ్మినట్టు నకిలీ ఒప్పంద పత్రం కల్పించారు' అని లాయరు మాధవరావు చేసిన ఆరోపణని కోర్టు కొట్టివేసింది.

రిజిస్టర్డ్ పోస్టుని కోర్టుకి రుజువుగా చూపించిన అపూర్వకి 'బిలియనైర్' కథ పై సర్వ హక్కులు మంజూరు చేసింది కోర్టు.

కోర్టు ఆదేశాల మేరకు, 'జాగృతి' టీవి, 'క్లైమాక్స్' ముగింపు ఎపిసోడు రిలీజ్ చేసింది. 'క్లైమాక్స్' దర్శకుల పేరు అధికారికంగా ప్రకటించింది.

'క్లైమాక్స్' దర్శకుడి పేరు తెలుసుకోవాలని కోట్ల మంది నిరీక్షిస్తున్నారు.

'క్లైమాక్స్' సూపర్ హిట్ అయింది.

అశోక్ అపూర్వల పేరు తెలుగు రాష్ట్రాల్లో మార్మోగుతోంది అప్పటికే.

ముగింపు ఎపిసోడ్:

మేరి విహారిపై 'సిస్టర్ థెరేశ హత్యా నేరం' అభియోగం కేసు వేసింది. ఇరు పక్షాల వాదనలు విన్న కోర్టు, కీలక సాక్ష్యం ఫోను ఆధారంగా విహారికి జైలు శిక్ష విధించింది.

ఎపిసోడ్ చివర నటీనటవర్గం, టెక్నీషియన్స్, సంగీత దర్శకుడు, నిర్మాత, కథకుడు, దర్శకుల పేర్లు వరుస క్రమంలో వచ్చాయి.

కథ, దర్శకత్వం: అశోక్, అపూర్వ! అని టీవీ స్క్రీన్ పై కనపడింది.

సమాప్తం

రచయిత సరిపల్లి వెంకట రవి కిరణ్ ఇతర పుస్తకాలు:

1. STRINGS
2. FLAME
3. TWIN STRANGERS

Copies available on: amazon, flipkart, kobo, Notion Press

Milton Keynes UK
Ingram Content Group UK Ltd.
UKHW040634131123
432470UK00001B/26